SÁCH NẤU ĂN RAU CẦN THIẾT

100 công thức nấu ăn xanh để làm phong phú
thêm món ăn của bạn và 100 cách thỏa mãn
để ăn nhiều rau hơn

Thanh Thảo

Mục Lục

4

5

GIỚI THIỆU

Chuẩn bị nhiều rau và nấu ăn tại nhà là một chiến lược đơn giản có thể cải thiện đáng kể sức khỏe của bạn. Hơn nữa, nghiên cứu đã báo cáo rằng việc chuẩn bị thức ăn tại nhà có liên quan đến việc tiêu thụ ít đồ ăn nhanh hơn và ít tiền chi cho thực phẩm hơn.

Một trong những bước đầu tiên để nấu ăn nhiều hơn ở nhà là học các cách khác nhau để nấu rau tươi. Những kỹ năng này sẽ giúp bạn biến rau thành món chính trong bữa ăn của mình, từ đó sẽ cung cấp cho bạn rất nhiều chất dinh dưỡng có lợi và giúp cải thiện sức khỏe.

Phương pháp nấu rau cơ bản

A. CHẮC CHẮN

Việc cắt nhỏ là điều cơ bản nhất mà bạn có thể làm được và đó là điều mà những người nấu ăn tại nhà dày dạn kinh nghiệm có thể coi là điều hiển nhiên. Nhưng không phải ai cũng học cách thái, thái hạt lựu và thái sợi rau khi còn nhỏ. Đó là lý do tại sao thái nhỏ là kỹ năng đầu tiên và quan trọng nhất cần thành thạo nếu bạn muốn nấu ăn ngon hơn và ăn nhiều rau hơn.

B. HẤP

Hấp là một kỹ thuật lâu đời để chế biến rau. Đôi khi nó bị bỏ qua, nhưng nó thực sự hoàn thành công việc! Ngoài ra, nghiên cứu cho thấy rằng hấp một số loại rau có thể bảo quản chất dinh dưỡng của chúng tốt hơn các phương pháp nấu khác. Hấp rau có nghĩa là cho rau vào nước nóng để làm mềm thực phẩm và mềm hơn.

C. SÔI

Luộc rau là một trong những cách dễ nhất để chế biến chúng. Mặc dù việc đun sôi có thể khiến một số chất dinh dưỡng thoát ra khỏi rau vào nước, nhưng điều đó không xảy ra với mọi loại rau. Đôi khi, luộc là cách hiệu quả nhất để nấu khoai tây và các loại rau củ cứng khác ngay cả khi một số chất dinh dưỡng bị mất đi. Và nếu bạn đang ăn nhiều loại rau sống và nấu chín, bạn không cần phải lo lắng về việc bảo toàn dinh dưỡng tối ưu cho mỗi bữa ăn.

D. Xào

Xào một loại rau có nghĩa là nấu nó với một loại chất béo nào đó trên lửa. Các chất béo phổ biến nhất được sử dụng trong xào là dầu ô liu nguyên chất, dầu bơ, bơ và thậm chí cả dầu dừa. Bạn cũng có thể thêm tỏi băm, rau thơm và gia vị và/hoặc muối và tiêu vào xào.

E. Ướp

Khi bạn bắt đầu cảm thấy thoải mái hơn khi vào bếp, bạn có thể tạo nước xốt cho rau! Chải hoặc ngâm rau trong hỗn hợp dầu ô liu, gia vị, thảo mộc và các hương liệu khác trước khi nấu có thể làm tăng hương vị và độ mềm của chúng sau khi nấu chín. Rau ướp có thể được xào, nướng hoặc nướng.

F. RANG

Nếu bạn chưa quen với việc nướng rau, bạn sẽ không biết mình đang thiếu gì! Việc rang làm thay đổi hoàn toàn hương vị và kết cấu của rau sống. Nhiều người nhận thấy rằng những loại rau mà họ cực kỳ ghét ăn sống lại là những loại rau họ thích ăn rang.

G. NHANH CHÓNG

Ngâm nhanh là một kỹ thuật đơn giản và thú vị để chế biến rau. Mặc dù việc ngâm chua nghe có vẻ đáng sợ, nhưng việc làm rau muối chua (dưa chua để trong tủ lạnh, không phải loại để sẵn trên kệ) lại cực kỳ dễ dàng. Với một ít giấm, đường và gia vị , bạn có thể ngâm bất kỳ loại rau nào.

1. Đậu xanh mè

Năng suất: 8 phần ăn

Thành phần

- 2 pound đậu xanh, có cuống
- 3 muỗng canh dầu mè
- 1 muỗng canh giấm gạo
- 1 muỗng canh nước cốt chanh
- 1 thìa cà phê gừng tươi bào sợi
- 2 muỗng canh hạt vừng
- $\frac{1}{4}$ thìa cà phê muối kosher

Hướng:

a) Đun sôi nước trong nồi lớn. Nấu đậu xanh cho đến khi mềm giòn, khoảng 3 đến 4 phút. Xả nước và đặt nó sang một bên.

b) Trong một tô trộn lớn, kết hợp các thành phần khác và đánh cho đến khi kết hợp hoàn toàn. Trộn đậu xanh vào và đảo đều để hòa quyện.

c) Thêm hạt tiêu mới xay cho vừa ăn .

2. Cà rốt áp chảo

Năng suất: 4 phần ăn

Thành phần

- 4 cốc cà rốt - thái lát
- 4 tép tỏi - thái lát
- 1 muỗng cà phê dầu
- 1 cốc nước tinh khiết
- 1 thìa cà phê muối biển

Hướng:

a) Trong chảo trên lửa vừa, nấu tỏi cho thêm nước.

b) Cho cà rốt vào và đun sôi, sau đó hạ lửa nhỏ và đậy nắp trong 10 phút. Phục vụ ngay lập tức.

3. Bắp cải đỏ om thịt xông khói

Năng suất: 4-6 phần ăn

Thành phần
- 6 lát thịt xông khói, cắt nhỏ
- 1 muỗng canh đường
- 1 củ hành vàng lớn, thái nhỏ
- Muối Kosher và hạt tiêu đen, vừa ăn
- 1 quả táo granny smith, gọt vỏ và cắt nhỏ
- Cổng 1/3 cốc
- $\frac{1}{4}$ chén giấm rượu vang đỏ
- 1 bắp cải đỏ đầu lớn , thái nhỏ
- 2 chén nước dùng gà
- 1/4 cốc thạch nho đỏ

Hướng:

a) Nấu thịt xông khói trong 5 phút hoặc cho đến khi vừa giòn.

b) Thêm đường và nấu thêm 30 giây nữa .

c) Thêm hành, muối và hạt tiêu vào rồi đun nhỏ lửa, đảo đều trong khoảng 10 phút hoặc cho đến khi vàng và mềm.

d) Khuấy táo, giảm nhiệt xuống mức vừa phải, đậy nắp và đun nhỏ lửa cho đến khi táo mềm, khoảng 20 phút.

e) Trộn hỗn hợp hành tây-táo với cảng, giấm và bắp cải rồi trộn đều.

f) Nấu, đậy nắp trong 5 - 7 phút hoặc cho đến khi bắp cải có màu tím đậm và hơi héo.

g) Cho nước kho vào và nêm muối và tiêu. Tăng nhiệt lên mức trung bình cao và đun sôi hỗn hợp.

h) Thêm thạch nho đỏ, nêm muối và hạt tiêu rồi đun nhỏ lửa thêm 4-5 phút nữa.

4. Khoai tây sò điệp thuần chay

Năng suất: 6 phần ăn

Thành phần:

- 6-8 củ khoai tây thái lát mỏng
- 1 lon súp phô mai cheddar thuần chay
- 1-1/2 chén phô mai cheddar thuần chay bào
- 1 lon (12 oz.) sữa hạnh nhân cô đặc
- Muối và tiêu

Hướng:

a) Xịt bình xịt nấu ăn vào bên trong nồi sành.
b) Đặt một nửa số khoai tây đã cắt vào nồi sành.
c) Thêm 1/2 lon súp cắt miếng, 3/4 cốc phô mai bào và 1/2 lon sữa hạnh nhân. Nêm muối và tiêu cho vừa ăn.
d) Xếp các nguyên liệu còn lại theo thứ tự như lớp đầu tiên.
e) Nấu trong 6 giờ ở nhiệt độ cao.

5. Khoai tây nghiền đỏ

Năng suất: 20 phần ăn

Thành phần:

- 10 lbs. khoai tây da đỏ
- 2 que bơ
- 2 cốc kem chua
- 3/4 cốc sữa
- 2 thìa cà phê bột tỏi
- Muối và hạt tiêu cho vừa ăn

Hướng:

a) Trong một cái chảo lớn, luộc khoai tây cho đến khi mềm.
b) Lọc vào một cái chao.
c) Trong một chậu trộn lớn, đặt khoai tây đã đun nóng vào.
d) Trộn bơ vào khoai tây bằng máy trộn.
e) Trộn hoặc nghiền trong các thành phần còn lại .
f) Phục vụ.

6. Súp lơ với lê và quả phỉ

Năng suất: 8 phần ăn

Thành phần

- 3 oz. (6 muỗng canh.) bơ không muối
- 1 đầu súp lơ, cắt thành bông hoa nhỏ
- 1/2 chén hạt phỉ nướng, cắt nhỏ
- 8 lá xô thơm tươi, thái lát mỏng
- Muối Kosher và tiêu đen xay
- 2 quả lê chín, bỏ lõi và thái lát mỏng
- 2 muỗng canh. rau mùi tây lá phẳng tươi xắt nhỏ

Hướng:

a) Đun chảy bơ trong chảo 12 inch trên lửa vừa cao cho đến khi có màu vàng nhạt và sủi bọt. Thêm súp lơ, quả óc chó và cây xô thơm vào nấu, khuấy đều trong 2 phút.

b) Thêm 1 thìa cà phê muối và 1/2 thìa cà phê tiêu rồi đun nhỏ lửa, đảo định kỳ trong 6 đến 7 phút nữa hoặc cho đến khi súp lơ có màu nâu và mềm giòn.

c) Thêm các lát lê và rau mùi tây vào rồi trộn nhẹ nhàng.

d) Thêm muối bổ sung cho vừa ăn.

7. măng cầu ngô

Năng suất: 4 phần ăn

Thành phần

- 4 cốc ngô
- 1 muỗng canh nhưng t er
- 1 thìa canh hành băm
- 1 muỗng canh bột mì
- 1 cốc kem
- 5 quả trứng
- Muối và tiêu

Hướng:

a) Trong chảo chống dính, xào hành tây. Khuấy bột cho đến khi mọi thứ được kết hợp tốt.

b) Cho ngô đông lạnh vào cùng với bất kỳ chất lỏng nào. Tăng nhiệt độ lên cao.

c) Quăng ngô cho đến khi gần như toàn bộ chất lỏng bay hơi. A thêm kem và dầu trong 2-3 phút

d) Trong một bát trộn lớn , đánh trứng, muối và hạt tiêu với nhau. Cho từ từ hỗn hợp ngô-hành vào.

e) Hương vị và nêm thêm muối và hạt tiêu nếu muốn.

f) Đổ hỗn hợp vào khay nướng và nướng trong khoảng 30 phút hoặc cho đến khi sữa trứng đông lại .

8. Cải Brussels nướng đơn giản

Năng suất: 4 phần ăn

Thành phần

- 4 cốc Cải Brussels , chần
- ¼ pound thị t xông khói
- Nhúm húng tây tươi
- Muối và tiêu.

Hướng:

a) Cắt thị t xông khói thành khối nhỏ. Nấu thị t xông khói trong chảo có đáy dày để tạo ra chất béo nhưng không làm giòn.

b) Trộn rau mầm với mỡ thị t xông khói và miếng thị t xông khói .

c) Nướng giá trong lò nướng 400° với vài nhánh húng tây tươi trên khay giấy.

d) Dùng giấy bạc bọc mầm trong 5 phút đầu, sau đó tháo lớp bọc trong 5 phút còn lại.

e) Muối và tiêu cho mầm rồi cho vào bát phục vụ.

9. Ngô nướng

Năng suất: 4 phần ăn

Thành phần

- 1 gói ngô đông lạnh
- 1 Túp canh bơ
- 4-5 TÔM Kem
- Hạt nhục đậu khấu tươi xay
- Muối và tiêu
- $\frac{1}{4}$ thìa cà phê húng tây khô

Hướng:

a) Trong chảo xào không dính trên lửa vừa cao, làm tan bơ. Thêm ngô và húng tây khô vào rồi đảo đều cho đến khi gần như toàn bộ chất lỏng bay hơi hết.

b) Đổ kem vào. Nêm hạt nhục đậu khấu, muối và hạt tiêu cho vừa ăn.

c) Tăng nhiệt lên cao và tiếp tục nấu cho đến khi ngô phủ đầy kem.

10.   Súp lơ sốt phô mai

Năng suất: 2-4 phần ăn

Thành phần

- 1 đầu súp lơ trắng , chần
- 1 cốc sữa
- 1 cốc phô mai vụn
- 11/2 Túp canh bơ
- 1 thìa cà phê mù tạt Dijon
- 1½ TÚI canh bột mì
- Muối và tiêu

Hướng:

a) Trong chảo nước sốt có đáy dày, làm tan chảy bơ. Đánh bột cho đến khi nó được làm ẩm tốt bằng bơ.

b) Thêm sữa vào và đun nhỏ lửa, khuấy liên tục cho đến khi nước sốt đặc lại.

c) Khuấy phô mai cho đến khi mọi thứ được kết hợp tốt. Thêm muối và hạt tiêu cho vừa ăn.

d) Trộn súp lơ với sốt phô mai và dùng ngay hoặc giữ ấm trong lò.

11.   Cà rốt tráng men Brandy

Năng suất: 8 phần ăn

Thành phần

- 2 lbs. cà rốt gọt vỏ và cắt thành đồng xu
- $\frac{1}{2}$ cốc đường nâu
- $\frac{1}{2}$ cốc bơ
- $\frac{1}{2}$ cốc nước rượu mạnh

Hướng:

a) Đun chảy bơ trong chảo xào. Cho cà rốt và đường vào với bơ.

b) Nấu cà rốt trên lửa vừa cho đến khi chúng bắt đầu chuyển sang màu caramen.

c) Đun rượu brandy cho đến khi cháy hết.

d) Khi hơi ẩm bay hơi, mỗi lần thêm một ít nước để cà rốt chín và tránh bị dính.

e) Nấu cho đến khi đạt được mức độ chín mong muốn.

12.   Củ cải om Lễ tạ ơn

Năng suất: 4 phần ăn

Thành phần

- ½ pound. củ cải , gọt vỏ và cắt thành miếng
- 2 thìa canh tương cà chua
- 2 thìa canh bơ
- 1 củ hành tây, bóc vỏ và thái hạt lựu
- 1 muỗng cà phê húng tây khô
- 1 củ cà rốt, gọt vỏ và thái hạt lựu
- 1 lá nguyệt quế
- 2 cọng cần tây, thái hạt lựu
- Muối và tiêu
- 1½ cốc nước dùng hoặc nước
- 2 muỗng canh bơ, làm mềm
- 1 thìa bột mì

Hướng:

a) Trong một cái chảo cỡ vừa, làm tan chảy bơ. Thêm hành tây, cần tây và cà rốt.

b) Nấu trong khoảng 5 phút. Thêm nước kho, bột cà chua, húng tây và lá nguyệt quế vào hỗn hợp củ cải, hành tây, cà rốt và cần tây.

c) Nấu trong 30 đến 40 phút, đậy nắp, trong lò nướng ở nhiệt độ 350°F.

d) Trong khi om củ cải, hãy tạo hỗn hợp sệt với bơ và bột mì.

e) Chuyển củ cải vào đĩa phục vụ và giữ ấm trong chảo om.

f) Cho vào chảo nước sốt nhỏ, lọc lấy nước om. Thêm một ít hỗn hợp bột bơ vào nước sốt và đánh cho đến khi nó đặc lại.

g) Nêm muối và tiêu rồi rưới nước sốt lên củ cải .

13.   Xúc xích và củ cải

Năng suất: 6 phần ăn

Thành phần

- Xúc xích 1 lb, cắt thành miếng 1 inch
- 2 muỗng canh dầu
- 6-8 củ cải , chần
- 2 Túp canh bơ
- 1 cốc nước dùng gà tây
- Muối và tiêu

Hướng:

a) Làm nóng lò ở nhiệt độ 350°F .

b) Trong dầu, xào xúc xích trong ba đến bốn phút. Chuyển sang món thị t hầm.

c) Cho chảo xào vào lửa vừa, đổ bớt dầu và mỡ. Thêm củ cải vào bơ tan chảy.

d) Thêm nước luộc gà tây và muối và tiêu cho vừa ăn.

e) Chuyển củ cải vào nồi cùng với chất lỏng đang sôi.

f) Nướng củ cải trong 45 phút hoặc cho đến khi có thể dùng đầu dao đâm thủng củ cải.

14. Khoai tây Au Gratin

Năng suất: 6 phần ăn

Thành phần

- 2 pound khoai tây, gọt vỏ và thái lát
- 2 muỗng canh bơ tan chảy
- 1/2 thìa cà phê muối
- 1/4 thìa cà phê tiêu đen
- 1 chén phô mai Cheddar sắc nét
- 1/4 chén vụn bánh mì tươi

Hướng:

a) Làm nóng lò ở nhiệt độ 425°F.
b) Dùng bình xị t nấu ăn phủ lên đĩa thị t hầm nông có dung tích 1/2 lít.
c) Xếp khoai tây thái lát vào nồi hầm.
d) Rắc bơ tan chảy và nêm muối và hạt tiêu.
e) Trang trí với vụn bánh mì và phô mai Cheddar bào.
f) Nấu trong 30 phút, đậy nắp hoặc cho đến khi khoai tây chín.

15. sốt kem rau bó xôi

Năng suất: 4 phần ăn

Thành phần

- 2 thìa bơ
- 2 muỗng canh bột mì đa dụng
- 2 gói (10 ounce) rau bina cắt nhỏ đông lạnh, rã đông và để ráo nước
- 1 cốc (1/2 pint) kem đặc
- 1/2 muỗng cà phê hạt nhục đậu khấu
- 1/2 thìa cà phê bột tỏi
- 1/2 thìa cà phê muối

Hướng:

a) Đun chảy bơ trong chảo lớn trên lửa vừa; nhào bột cho đến khi vàng.

b) Cho các nguyên liệu còn lại vào, trộn đều và đun nhỏ lửa trong 3 đến 5 phút hoặc cho đến khi chín kỹ.

16.   Succotash

Năng suất: 6 phần ăn

Thành phần
- 2 cốc ngô hấp
- 2 chén đậu Lima , nấu chín
- $\frac{1}{2}$ muỗng cà phê muối
- Tiêu ớt
- 2 muỗng canh dầu dừa
- $\frac{1}{2}$ cốc nước cốt dừa

Hướng:
a) Trộn ngô và đậu với nhau, nêm muối và hạt tiêu.
b) Thêm sữa và dầu vào rồi đun sôi.
c) Phục vụ ngay lập tức.

17.   Brussels với pancetta

Năng suất: 4 phần ăn

Thành phần

- 1/2 pound pancetta cắt thành xúc xắc nhỏ
- 2-3 muỗng canh dầu ô liu chia
- 1 pound mầm Brussels tươi
- 2 muỗng canh si-rô phong
- 1 muỗng canh giấm balsamic trắng
- Muối Kosher và tiêu đen xay

Hướng:

a) Đun nóng 1 muỗng canh dầu ô liu trong chảo gang lớn trên lửa vừa. Nấu pancetta cho đến khi có mùi thơm và bắt đầu giòn. Xả trên đĩa có lót khăn giấy và đặt sang một bên.

b) Cạo phần đầu của cải Brussels và cắt chúng làm đôi từ gốc đến ngọn.

c) Đặt mặt đã cắt của cải Brussels thành một lớp bằng nhau vào chảo và nấu trong 4-5 phút hoặc cho đến khi mầm bắt đầu có màu nâu và chuyển sang màu caramen, sau đó lật lại, nêm muối kosher và tiêu đen, giảm lửa ở mức trung bình và phủ một lớp dầu. một cái nắp.

d) Trả lại pancetta vào chảo.

e) Trộn muỗng canh dầu ô liu, xi-rô cây thích và giấm balsamic còn lại rồi đun nóng thêm một hoặc hai phút nữa .

f) Thêm muối kosher và tiêu đen xay cho vừa ăn rồi dùng.

18.   Tỏi tây xào vói Parmesan

Năng suất: 6 phần ăn

Thành phần

- 6 củ hành tây mỏng , cắt đôi theo chiều dọc
- 2 muỗng canh dầu ô liu
- Muối kosher
- Hạt tiêu vừa mới nghiền
- $\frac{1}{4}$ chén rượu trắng khô hoặc bán khô
- 3 muỗng canh nước luộc gà không muối
- 1 muỗng canh bơ không muối
- 3 muỗng canh Parmesan mới xay

Hướng:

a) Cho dầu vào chảo lớn, có đáy nặng và đun nóng trên lửa vừa.

b) Khi dầu nóng, xếp tỏi tây thành từng lớp, cắt úp xuống.

c) Dùng kẹp đảo tỏi tây cho đến khi chúng chuyển sang màu nâu nhạt trong 3-4 phút.

d) Muối và tiêu tỏi tây, sau đó úp chúng xuống.

e) Khuấy rượu để khử men trong chảo. Đổ nước luộc gà vào nồi đủ ngập phần ngọn tỏi tây.

f) Đun sôi, sau đó giảm lửa nhỏ, đậy nắp và nấu trong 15-20 phút hoặc cho đến khi tỏi tây mềm.

g) Từ từ rưới bơ vào.

h) Đặt mặt cắt tỏi tây lên đĩa và phủ phô mai lên trên.

19.   Củ cải nướng với cam quýt

Năng suất: 4 phần ăn

Thành phần

- 6 đến 8 củ cải đỏ hoặc vàng vừa
- Dầu ô liu nguyên chất, dùng để làm mưa phùn
- 1 quả cam rốn lớn
- Dash Sherry hoặc giấm balsamic
- Nước cốt ½ quả chanh, hoặc tùy khẩu vị
- Một nắm lá cải xoong, rau arugula hoặc rau xanh
- Muối biển và tiêu đen xay
- Phô mai dê hoặc feta
- Quả óc chó hoặc quả hồ trăn cắt nhỏ

Hướng:

a) Làm nóng lò ở nhiệt độ 400 độ F.

b) Rắc củ cải đường với dầu ô liu, một chút muối biển và hạt tiêu đen mới xay .

c) Bọc củ cải trong giấy bạc và nướng trong 35 đến 60 phút hoặc cho đến khi mềm và mềm như nĩa .

d) Lấy củ cải ra khỏi lò, lấy giấy bạc ra và đặt chúng sang một bên để nguội.

e) Lột vỏ khi chạm vào thấy nguội. Cắt chúng thành từng miếng hoặc miếng dày 1 inch.

f) Cắt quả cam thành 3 phần và để dành 1/4 phần còn lại để ép.

g) Trộn củ cải với dầu ô liu và giấm sherry, nước cốt chanh, nước cam vắt từ miếng nêm còn lại và một chút muối và hạt tiêu. Để tủ lạnh cho đến khi sẵn sàng phục vụ.

h) Thêm muối và hạt tiêu hoặc giấm cho vừa ăn trước khi dùng.

i) Đặt các múi cam, cải xoong và các múi cam quýt lên đĩa.

20.   Delicata bí vói táo

Năng suất: 4 phần ăn

Thành phần

- 2 quả bí delicata , cắt thành miếng ½ inch
- ½ chén hành tây trân châu, cắt đôi
- Dầu ô liu nguyên chất, để làm mưa phùn
- 2 muỗng canh pepitas và/hoặc hạt thông
- 2 chén cải xoăn lacinato rách , 2 đến 3 lá
- 6 lá xô thơm, xắt nhỏ
- Lá từ 3 nhánh húng tây
- 1 quả táo gala nhỏ, thái hạt lựu
- Muối biển và hạt tiêu đen mới xay

Hướng:

a) Làm nóng lò ở nhiệt độ 425 độ F và lót khay nướng bằng giấy da.

b) Rưới dầu ô liu và một nhúm muối và hạt tiêu lớn lên bí và hành tây trên khay nướng.

c) Quăng để phủ, sau đó trải ra trên tấm trải giường để chúng không chạm vào nhau. Nướng trong 25 đến 30 phút hoặc cho đến khi bí có màu nâu vàng ở tất cả các mặt và hành tây mềm và có màu caramen.

d) Cho pepitas với một chút muối vào chảo nhỏ trên lửa vừa và nướng trong khoảng 2 phút, khuấy thường xuyên. Để qua một bên. Thêm cải xoăn , cây xô thơm và húng tây .

e) Kết hợp bí nướng ấm và hành tây, táo, một nửa số pepitas và một nửa nước sốt trong một bát nướng lớn . Quăng.

f) Ngâm trong 8 đến 10 phút .

g) Rắc phần nước sốt còn lại và phủ pepitas còn lại lên trên ngay trước khi dùng.

21. Khoai lang nghiền mật đường

Năng suất: 8 phần ăn

Thành phần
- 4 giây khoai tây , cắt nhỏ thành từng đoạn 1 inch
- 8 củ cà rốt nhỏ, cắt thành khối 1 inch
- 4 củ mùi tây vừa , cắt thành khối 1 inch
- Muối kosher
- 4 muỗng canh. Bơ không muối
- 1/4 cốc kem chua
- 1/4 cốc mật đường
- 1 muỗng canh. gừng tươi bào mị n
- 1/2 cốc ruỗi
- Hạt tiêu vừa mới nghiền

Hướng:

a) Đặt khoai lang, cà rốt và rau mùi tây vào nồi lớn và đổ nước vào.

b) Đun sôi, sau đó giảm lửa nhỏ và nấu trong 15 đến 20 phút hoặc cho đến khi rau mềm. Xả và trở lại nồi.

c) Làm khô rau trong chảo, thỉ nh thoảng lắc chảo để tránh bị dính.

d) Thêm bơ, kem chua, mật đường, gừng và nửa ruỗi.

e) Cho muối và hạt tiêu vào , nêm nếm và điều chỉ nh gia vị trước khi dùng.

22.   Gratin hành tây trân châu với Parmesan

Năng suất: 8 phần ăn

Thành phần

- 2 lb hành tây trân châu đông lạnh, rã đông
- 1 cốc kem đặc
- Nhánh húng tây tươi 34 inch
- Muối và đất Kosher tiêu đen
- 3 thìa canh. bơ không muối, tan chảy
- 1 cốc vụn bánh mì tươi thô
- 1/4 cốc xay Parmigiano Reggiano
- 1/2 muỗng cà phê lá thơm khô, vụn

Hướng:

a) Làm nóng lò ở nhiệt độ 400 độ F.

b) Trong một cái chảo lớn , đun nóng hành và nước.

c) Khi hành tây nóng lên, khuấy đều và tách chúng bằng nĩa. Giảm nhiệt xuống mức trung bình, đậy nắp và nấu trong 5 phút sau khi nước sôi. Xả kỹ và vỗ khô.

d) Trong chảo nước sốt nhỏ trên lửa vừa cao, kết hợp kem, húng tây và 1/2 muỗng cà phê muối. Đun sôi kem . Lấy nhánh húng tây ra khỏi kem và loại bỏ chúng.

e) Trong khi chờ đợi, hãy phết 1 muỗng canh bơ thành 2 qt nông. món gratin hoặc món nướng.

f) Cho vụn bánh mì, Parmigiano-Reggiano, món mặn, 2 muỗng canh bơ tan chảy còn lại, 12 muỗng cà phê muối và vài hạt tiêu xay vào một đĩa trộn nhỏ.

g) Trong một món nướng, trải hành tây. Trải vụn bánh mì lên trên hành tây và đổ kem lên chúng.

h) Nướng trong khoảng 30 phút hoặc cho đến khi vụn bánh mì có màu nâu vàng đậm và kem sôi mạnh xung quanh các cạnh.

i) Lấy ra khỏi lò và để yên trong 10 phút trước khi dùng.

23. Khoai lang và tỏi tây Gratin

Năng suất: 6 phần ăn

Thành phần

- 2 muỗng canh. Bơ không muối
- 2 muỗng canh. dầu ô liu
- 6oz. pancetta, cắt xúc xắc 1/4 inch
- 2 tỏi tây lớn , thái lát dày 1/4 inch
- 1/4 chén tỏi băm
- 2 cốc kem đặc
- 3 thìa canh. lá húng tây tươi
- Muối và đất Kosher tiêu đen
- 2 củ khoai lang, gọt vỏ và thái hạt lựu
- 3 củ khoai tây màu nâu đỏ , gọt vỏ và thái hạt lựu

Hướng:

a) Làm nóng lò ở nhiệt độ 350 độ F.

b) Đun nóng bơ và dầu trong chảo vừa trên lửa vừa. Nấu kt he pancetta cho đến khi có màu nâu, khoảng 9 phút. Dùng thìa có rãnh chuyển sang khăn giấy.

c) Cho tỏi tây và tỏi vào chảo, đậy nắp, giảm lửa nhỏ rồi nấu, đảo định kỳ trong khoảng 5 phút hoặc cho đến khi tỏi tây mềm nhưng không chuyển sang màu nâu.

d) Thêm kem, đun sôi, giảm nhiệt độ thấp và nấu trong 5 phút .

e) Cho pancetta, húng tây, 1 thìa cà phê muối và hạt tiêu vào vừa ăn; để qua một bên.

f) Dùng bơ bôi mỡ vào đĩa thị t hầm 2 lít.

g) Múc 2 thìa kem tỏi tây đều lên trên khoai tây.

h) Trải một lớp khoai lang lên trên, nêm nhẹ rồi phủ thêm 2 thìa kem tỏi tây lên trên.

i) Tiếp tục với số khoai tây còn lại cho đến khi hết. Rưới phần kem tỏi tây còn sót lại lên khoai tây và ấn chặt.

j) Nướng trong vòng 50 đến 60 phút hoặc cho đến khi mặt trên có màu nâu và khoai tây ở giữa mềm khi chọc bằng nĩa.

k) Phục vụ.

24.   Nấm nướng trong bơ và bơ

Năng suất: 4 phần ăn

Tôi thành phần :

- 1 pound nấm (nút, cremini hoặc loại khác),
- 1 muỗng canh dầu
- Muối và hạt tiêu cho vừa ăn
- 1/4 cốc bơ
- 2 tép tỏi, xắt nhỏ
- 1 muỗng cà phê húng tây, xắt nhỏ
- 1 thìa nước cốt chanh
- Muối và hạt tiêu cho vừa ăn

Hướng:

a) Trộn nấm với dầu, muối và hạt tiêu, sau đó trải chúng thành một lớp trên khay nướng và nướng trong 20 phút hoặc cho đến khi chúng bắt đầu caramen, khuấy đều giữa chừng.

b) Trong một cái chảo vừa, đun chảy bơ cho đến khi nó có màu nâu hạt dẻ thơm ngon, sau đó tắt bếp và cho tỏi, húng tây và nước cốt chanh vào khuấy đều.

c) Trong một tô trộn lớn, trộn nấm nướng với bơ chín và nêm muối và tiêu cho vừa ăn!

25. Bánh đậu lăng đỏ

Đối với sốt cà chua:

- cắt nhỏ 14 ounce .
- Một giọt xi-rô cây thùa.
- 1 muỗng canh dầu.
- 1 muỗng cà phê rượu vang đỏ, trắng.
- Ớt, các loại thảo mộc khô của provence và bột ớt bột cho vừa ăn.

Đối với bánh đậu lăng:
- 1 chén đậu lăng đỏ khô.
- 1 1/2 cốc, cộng thêm 3 muỗng canh nước.
- 1 thìa cà phê bột canh chay.
- 1 thìa cà phê bột nghệ.
- 1 củ hành tây, thái hạt lựu.
- 1 tép tỏi, ép.
- 1/2 thìa cà phê thì là.
- 1 quả trứng lanh.
- 2 muỗng canh rau mùi tây.
- Muối và hạt tiêu cho vừa ăn.
- Dầu cần thiết.

Hướng:

a) Cho tất cả các hoạt chất vào nồi và đun sôi. Giảm thiểu nhiệt và đun nhỏ lửa trong khoảng 30 phút, khuấy định nh kỳ. Thoát khỏi sức nóng.

b) Để làm miếng đậu lăng: Cho đậu lăng, nước, nước luộc rau và nghệ vào nồi rồi đun sôi. Nếu cần), giảm nhiệt và nấu cho đến khi đậu lăng mềm và ngấm nước (thêm nhiều nước hơn. Khuấy định nh kỳ.

c) Mặt khác, nấu hành tây trong chảo rán.

64

d) Làm nóng lò ở nhiệt độ 390° F. Lót giấy nướng vào khay nướng và bôi dầu vào khay nướng.

e) Trong một bát, trộn đậu lăng, hành tây, tỏi, thì là, trứng lanh, rau mùi tây, muối và hạt tiêu. Trộn đều và để nguội một chút.

f) Làm ướt tay bằng nước, tạo hình miếng đậu lăng rồi đặt lên giấy nướng. Chải với một chút dầu.

g) Nướng đậu lăng đỏ trong khoảng 20-25 phút và dùng kèm với sốt cà chua.

26. Rau arugula pesto và bí xanh

Thành phần:

- 2 lát bánh mì nướng lúa mạch đen
- 1/2 quả bơ.
- 1/2 quả bí lớn.
- Bó cải xoong.
- 1 tép tỏi.

Đối với rau arugula pesto:

- 2 nắm lớn rau arugula.
- 1 chén hạt thông (hoặc bất kỳ loại hạt nào).
- 1 nắm lớn rau bina.
- Nước cốt của 1 quả chanh.
- 1 thìa cà phê muối biển.
- 3 muỗng canh dầu ô liu.

Hướng:

a) Bắt đầu bằng cách làm món pesto arugula bằng cách cho tất cả nguyên liệu vào máy xay thực phẩm và đánh cho đến khi pesto trở nên mịn và mượt.

b) Xào bí xanh bằng cách trước tiên cắt thành từng miếng thật mỏng theo chiều ngang. Đun nóng tép tỏi cắt lát thô, dầu ô liu, rắc muối biển và một vài giọt nước vào chảo nhỏ trên lửa vừa.

c) Nếu bí xanh bắt đầu khô khi nấu, hãy cho bí xanh vào xào trong 7 phút - từ từ thêm nước vào.

d) Nướng bánh mì, sau đó phết pesto lên khắp bánh mì nướng, thêm bí xanh và bơ thái lát, rồi phủ cải xoong lên trên!

27. **Món hầm chay**

Thành phần:

- 1 muỗng canh dầu ô liu hoặc dầu hạt cải.

- 1 củ hành tây, thái lát cẩn thận.

- 3 tép tỏi, thái lát.

- 1 thìa cà phê ớt bột xông khói.

- 1/2 thìa cà phê thì là xay.

- 1 muỗng canh húng tây khô.

- 3 củ cà rốt vừa, thái lát.

- 2 nhánh cần tây vừa, thái nhỏ

- 1 quả ớt đỏ, thái lát.

- 1 quả ớt vàng, thái lát.

- 2 hộp x 400 g cà chua hoặc cà chua bi gọt vỏ.

- 1 viên nước luộc rau củ có dung tích 250ml

- 2 quả bí xanh , thái lát dày

- 2 nhánh húng tây tươi.

- 250 g đậu lăng nấu chín.

Hướng:

a) Đun nóng 1 thìa canh dầu ô liu hoặc dầu hạt cải trong một chiếc đĩa lớn, đầy ắp. Cho 1 củ hành tây thái nhỏ vào nấu khoảng 5 – 10 phút cho đến khi chín mềm.

b) Bao gồm 3 tép tỏi cắt nhỏ, 1 thìa cà phê ớt bột hun khói, 1/2 thìa cà phê thì là xay, 1 thìa canh húng tây khô, 3 củ cà rốt cắt nhỏ, 2 nhánh cần tây thái nhỏ, 1 quả ớt đỏ băm và 1 quả ớt vàng cắt đôi rồi nấu trong 5 phút.

c) Bao gồm hai lọ cà chua 400 g, 250 ml nước luộc rau (làm bằng 1 nồi kho), 2 bí xanh cắt dày và 2 nhánh húng tây mới và nấu trong 20 - 25 phút.

d) Lấy nhánh húng tây ra. Trộn 250 g đậu lăng đã nấu chín rồi đem hầm. Trình bày với gạo basmati hoang dã và trắng, bí hoặc quinoa.

28.   Cải Brussels nướng

Thành phần:

- 1 lb Cải Brussels, cắt làm đôi.

- 1 củ hẹ, xắt nhỏ.

- 1 muỗng canh dầu ô liu.

- Muối và hạt tiêu cho vừa ăn.

- 2 muỗng cà phê giấm balsamic.

- 1/4 chén hạt lựu.

- 1/4 chén phô mai dê, vụn.

Hướng:

a) Làm nóng lò nướng của bạn ở nhiệt độ 400° F. Phủ dầu lên cải Brussels. Rắc muối và hạt tiêu.

b) Chuyển sang chảo nướng. Nướng trong lò trong 20 phút.

c) Rưới giấm lên.

d) Rắc hạt và phô mai trước khi dùng.

29. Quinoa chảo

Thành phần:

- 1 chén khoai lang, cắt khối.

- 1/2 cốc nước.

- 1 muỗng canh dầu ô liu.

- 1 củ hành tây, xắt nhỏ.

- 3 tép tỏi, băm nhỏ.

- 1 thìa cà phê thì là xay.

- 1 muỗng cà phê rau mùi đất.

- 1/2 thìa cà phê ớt bột.

- 1/2 thìa cà phê lá oregano khô.

- 15 oz. Đậu đen rửa sạch, để ráo nước.

- 15 oz. cà chua nướng.

- 1 1/4 chén nước luộc rau.

- 1 cốc ngô đông lạnh 1 cốc quinoa (chưa nấu chín).

- Muối cho vừa ăn.

- 1/2 cốc kem chua nhẹ.

- 1/2 chén lá ngò tươi.

Hướng:

a)   Thêm nước và khoai lang vào chảo trên lửa vừa. Đun sôi.

b)   Giảm nhiệt và nấu cho đến khi khoai lang mềm.

c)   Thêm dầu và hành tây.

d)   Nấu trong 3 phút. Khuấy tỏi và gia vị và nấu trong 1 phút.

e)   Thêm các nguyên liệu còn lại trừ kem chua và ngò. Nấu trong 20 phút.

f)   Ăn kèm với kem chua và rắc ngò lên trên trước khi dùng.

30.   Bún đậu hủ

Thành phần:

- 1/2 quả dưa chuột lớn.

- 100ml giấm rượu gạo đỏ.

- 2 muỗng canh đường vàng.

- 100ml dầu thực vật.

- Đậu phụ công ty đóng gói 200 g, cắt thành khối 3cm.

- 2 muỗng canh xi-rô cây phong.

- 4 muỗng canh tương miso màu nâu hoặc trắng.

- 30 g hạt vừng trắng.

- 250 g mì soba khô.

- 2 củ hành lá, cắt nhỏ để dùng.

Hướng:

a) Dùng dụng cụ gọt vỏ, cắt những dải ruy băng mỏng ra khỏi dưa chuột, để lại hạt. Đặt các dải ruy băng vào một cái bát và đặt sang một bên. Đun nóng nhẹ giấm, đường, 1/4 thìa cà phê muối và 100ml nước trong chảo trên lửa vừa trong 3-5 phút cho đến khi đường hóa lỏng, sau đó đổ dưa chuột lên trên và để trong tủ lạnh trong khi chuẩn bị đậu phụ. .

b) Đun nóng tất cả trừ 1 muỗng canh dầu trong chảo chống dính lớn trên lửa vừa cho đến khi bong bóng bắt đầu nổi lên trên bề mặt. Cho đậu phụ vào và chiên trong 7-10 phút .

c) Trong một bát nhỏ, trộn đều mật ong và miso. Trải hạt vừng ra đĩa. Quét đậu phụ chiên với nước sốt mật ong và để riêng phần thức ăn thừa. Bọc đậu phụ đều vào hạt, rắc chút muối rồi để nơi ấm áp.

d) Chuẩn bị mì và trộn với phần dầu còn lại, nước sốt còn lại và 1 muỗng canh nước ngâm dưa chuột. Nấu trong 3 phút cho đến khi ấm qua.

31.   Rau mầm đậu xanh

Thành phần:

- 600 g cải Bruxen , cắt làm tư và cắt nhỏ.

- 600g đậu xanh.

- 1 muỗng canh dầu ô liu.

- Vỏ và nước ép 1 quả chanh.

- 4 thìa hạt thông nướng.

Hướng:

a) Nấu trong vài giây, sau đó thêm rau và xào trong 3-4 phút cho đến khi mầm có màu một chút.

b) Thêm một chút nước cốt chanh và muối và hạt tiêu cho vừa ăn.

32.   Đậu phụ chiên củ cải

Thành phần:

- 200 g đậu phụ cứng.

- 2 muỗng canh hạt vừng.

- 1 muỗng canh shichimi Nhật Bản togarashi .

Hỗn hợp gia vị .

- 1/2 muỗng canh bột ngô.

- 1 muỗng canh dầu mè.

- 1 muỗng canh dầu thực vật.

- 200 g bông cải xanh mềm.

- 100g đậu Hà Lan có đường.

- 4 củ cải, thái lát thật nhuyễn.

- 2 củ hành lá, thái lát cẩn thận.

- 3 quả quất, thái lát thật nhuyễn.

Để thay đồ

- 2 thìa canh nước tương Nhật ít muối.

- 2 muỗng canh nước ép yuzu (hoặc 1 muỗng canh mỗi loại nước cốt chanh và bưởi).

- 1 thìa cà phê đường vàng.

- 1 củ hẹ nhỏ, thái hạt lựu.

- 1 thìa cà phê gừng xay.

Hướng:

a) Cắt đậu phụ làm đôi, bọc kỹ trong giấy ăn và đặt lên đĩa. Đặt một chiếc chảo rán nặng lên trên để vắt hết nước. Chỉ nh giấy lại vài lần cho đến khi đậu hũ khô thì cắt thành từng miếng dày. Trộn đều hạt vừng, hỗn hợp gia vị Nhật và bột ngô vào tô. Xị t đậu phụ cho đến khi thành từng lớp. Để qua một bên.

b) Trong một bát nhỏ, trộn các nguyên liệu làm nước sốt với nhau. Đun sôi một chảo nước cho rau củ vào rồi đun nóng hai loại dầu trong chảo rán lớn.

c) Khi chảo rất nóng, cho đậu phụ vào chiên khoảng 1 phút mỗi mặt cho đến khi chín vàng đẹp mắt.

d) Khi nước sôi, chuẩn bị bông cải xanh và đậu Hà Lan đường trong 2-3 phút.

33.   Galette bí ngô

Thành phần:

- 1 1/2 chén bột đánh vần.

- 6-8 lá xô thơm.

- 1/4 cốc nước lạnh.

- 6 muỗng canh dầu dừa.

- Muối biển.

Để làm đầy:

- 1 muỗng canh dầu ô liu.

- 1/4 củ hành đỏ, thái lát mỏng.

- 1 muỗng canh lá xô thơm.

- 1/2 quả táo đỏ, thái lát thật nhuyễn.

- 1/4 quả bí đao, bỏ vỏ và thái lát thật nhuyễn.

- 1 muỗng canh dầu dừa, chia đều và đặt trước để phủ lên trên.

- 2 muỗng canh cây xô thơm, dành riêng để phủ lên trên.

- Muối biển.

Hướng:

a) Làm nóng lò nướng của bạn ở nhiệt độ 350° F.

b) Làm vỏ bánh bằng cách cho bột mì, muối biển và lá xô thơm vào máy xay thực phẩm. Dần dần thêm dầu dừa và nước vào, đánh đều khi hỗn hợp này nhẹ nhàng hòa vào bột. Chỉ phát xung đủ cho đến khi các thành phần tích hợp với nhau, khoảng 30 giây.

c) Trong khi chờ đợi, hãy làm nhân. Trong chảo nhỏ ở lửa vừa cao, làm ấm dầu ô liu. Cho hành tây vào, một chút muối, một thìa cà phê lá xô thơm và xào trong khoảng 5 phút. Đặt phần này sang một bên khi bạn cán bột thành hình tròn, dày khoảng 1/4 inch.

d) Trộn bí và táo vào một cái bát nhỏ với một chút dầu ô liu và muối biển. Thêm bí đỏ và các lát táo lên trên hành tây (đơn giản như bạn thấy trong hình).

e) Nhẹ nhàng gấp các cạnh của lớp vỏ lên trên mặt ngoài của quả bí. Rắc từng miếng dầu dừa nhỏ lên trên galette cùng với lá xô thơm rồi nướng trong lò khoảng 20-25 phút hoặc cho đến khi lớp vỏ bong ra và bí chín.

34. Quinoa với bột cà ri

Thành phần

- 2 muỗng canh thân ngò tươi.
- 2 nắm lá ngò tươi .
- 6 tép tỏi.
- 1 muỗng canh rau mùi dạng bột.
- 1/2 muỗng canh bột thì là.
- Gừng 1 inch (không có vỏ).
- Nước cốt của 1 quả chanh.
- 1 cọng sả
- 1/2 chén hẹ tây hoặc hành trắng.
- 1 thìa cà phê ớt bột.
- Muối biển.
- cà ri xanh

Hướng:

a) Bắt đầu bằng cách làm bột cà ri bằng cách trộn mọi thứ vào máy xay thực phẩm cho đến khi hòa quyện và nghiền thành bột nhão.

b) Bây giờ là món cà ri - làm ấm dầu dừa và hành tây ở lửa vừa/cao trong 5 phút. Cho tất cả các loại rau, đường dừa, bột cà ri và 1/4 cốc nước vào rồi đậy nắp đun nhỏ lửa trong khoảng 10 phút.

c) Đổ dần nước vào để rau không bị cháy. Khi rau đã chín, cho nước cốt dừa và 1 cốc nước vào nấu thêm 10 phút nữa cho đến khi rau chín hẳn. Khuấy nước cốt chanh tươi, thêm lá ngò và rưới lên gạo lứt hoặc quinoa!

35. Thịt xông khói cà rốt nướng

Thành phần:

- 3 củ cà rốt lớn.

- 2 muỗng canh dầu hạt cải.

- 1 thìa cà phê bột tỏi.

- 1 thìa cà phê ớt bột xông khói.

- 1 thìa cà phê muối.

Hướng:

a) Rửa sạch cà rốt (không cần gọt vỏ) và dùng đàn mandolin cắt thành từng miếng theo chiều dọc. Đặt các dải cà rốt lên khay nướng có lót giấy da. Làm nóng lò ở nhiệt độ 320° F. khuấy đều các thành phần còn lại trong một cái bát nhỏ rồi chải các dải cà rốt lên cả hai mặt.

b) Cho vào lò nướng trong 15 phút hoặc khi các dải cà rốt lượn sóng.

36.   Cá hồi trên bí spaghetti

Thành phần:

- $\frac{1}{2}$ thìa cà phê bột ngũ vị hương
- 1 muỗng cà phê vỏ cam bào
- $\frac{1}{2}$ muỗng cà phê đường
- $\frac{1}{4}$ thìa cà phê muối kosher
- $\frac{1}{2}$ muỗng cà phê tiêu đen mới xay
- Hai phi lê cá hồi nặng 6 ounce
- 2 thìa cà phê mù tạt Dijon
- 1 muỗng canh dầu đậu phộng
- 2 cốc bí spaghetti nướng
- 2 muỗng canh rau mùi tươi băm nhỏ

Hướng:

a) Khuấy đều bột ngũ vị hương với vỏ cam, đường, muối, tiêu trong tô nhỏ. Chà xát cả hai mặt của miếng phi lê trên giấy sáp. Quét mù tạt lên miếng phi lê.

b) Đun nóng chảo lớn trên lửa vừa cao, sau đó phủ dầu lên đáy chảo. Chiên phi lê trên chảo, chỉ lật một lần cho đến khi giòn và có màu nâu ở bên ngoài, tổng cộng từ 5 đến 8 phút.

c) Trong khi đó, chia bí vào hai đĩa ăn đã hâm nóng. Xếp phi lê cá lên trên và trang trí với ngò.

37. Carbonara bí đao
(Tổng **thời** gian: 25 PHÚT| **Phục** vụ: 3)

Thành phần:

- 1 gói mì konjac yam (Shirataki)

- 2 lòng đỏ trứng

- 3 muỗng canh bí xay nhuyễn

- 1/3 chén phô mai parmesan, bào

- $\frac{1}{2}$ cốc kem đặc

- 2 muỗng canh bơ hữu cơ

- 4 miếng pancetta

- $\frac{1}{2}$ muỗng cà phê cây xô thơm khô

- Muối và hạt tiêu cho vừa ăn

Hướng:

a) Đun sôi nước và ngâm mì trong đó trong 3 phút. Lọc và đặt sang một bên.

b) Áp chảo pancetta trên chảo nóng và cắt nhỏ. Dự trữ chất béo từ pancetta

c) Đặt mì đã lọc lên chảo nấu món pancetta và nấu trong 5 phút. Để qua một bên.

d) Trên một chảo khác (cỡ lớn), làm tan bơ ở lửa vừa và để bơ chuyển sang màu nâu. Thêm bí xay nhuyễn và nêm cây xô thơm.

e) Đổ kem đặc vào chảo, thêm mỡ từ pancetta vào và khuấy đều.

f) Cuối cùng, thêm phô mai parmesan vào nước sốt và trộn đều. Giảm nhiệt xuống thấp và khuấy cho đến khi nước sốt đặc lại.

g) Chuyển mì vào chảo cùng với nước sốt, đập trứng và trộn tất cả nguyên liệu lại với nhau.

38. Sốt cà chua nướng

Thành phần:

- 10 quả cà chua

- bó húng quế tươi

- Tỏi, củ hành

- Dầu ô liu

- Muối và tiêu

Hướng:

a) Làm nóng lò ở nhiệt độ 375 F.

b) Cắt đôi 10 quả cà chua theo chiều dọc

c) Thêm một bó húng quế tươi.

d) Cắt toàn bộ củ tỏi vào giữa và đặt mỗi nửa củ tỏi úp xuống đĩa nướng.

e) Ngâm cà chua trong dầu ô liu và xay muối và hạt tiêu.

f) Nướng trong lò khoảng 1 giờ rồi tắt lò thêm 30 phút nữa và để trong lò ấm.

g) Lấy cà chua ra và để nguội.

h) Không trộn, vì bạn muốn ép thị t và hạt ra khỏi vỏ và loại bỏ vỏ, ép tỏi ra khỏi tép và vứt bỏ vỏ.

i)   Nghiền bằng nĩa.

39. xúp rau

Thành phần:

- 2 con cà tím lớn

- 1 củ hành lớn

- 2 quả ớt (có thể xanh, đỏ, vàng)

- 2 hộp cà chua cắt nhỏ

- 1 gói bí non

- 1 cây nấm kim châm

- 1 gói rau chân vị t

- 2 $\frac{1}{4}$ chén nước luộc gà

- Muối và tiêu

- 2 tép tỏi (băm nhỏ hoặc ép)

Hướng:

a) Cắt nhỏ tất cả các thành phần.

b) Cho tất cả các loại rau, tỏi và hành tây thái nhỏ vào kho rồi đun ở lửa vừa cho đến khi cạn nước và rau đã tạo thành món hầm đặc ngon.

c) Ăn kèm 150g phô mai tươi, 30g phô mai cheddar hoặc 6 thìa canh phô mai Parmesan

40. Súp lơ nướng

Thành phần:

- 4 lát thịt xông khói

- 2 chén bông cải xanh

- 2 chén súp lơ

- 2 chén nấm

- 1 quả ớt xanh

- 1 củ hành tây

- 1 cốc kem

- 3 muỗng canh phô mai, bào sợi

- 2 muỗng canh dầu ô liu

Hướng:

a) Làm nóng lò ở nhiệt độ 360 F.

b) Hấp hoặc nấu súp lơ và bông cải xanh cho đến khi mềm rồi chuyển sang đĩa chịu nhiệt.

c) Chiên các lát thịt xông khói với nấm, ớt xanh và hành tây trong 2 muỗng canh dầu ô liu.

d) Đổ thịt xông khói và nấm chiên lên trên súp lơ.

e)   Trong một cái bát, đánh 4 quả trứng với kem, nêm nếm vừa ăn rồi rưới lên súp lơ hoặc bông cải xanh.

f)   Cho vào lò nướng trong 25 phút. Lấy ra khỏi lò và rắc phô mai bào.

g)   Đặt lại vào lò và nấu thêm 5 phút nữa.

41. bánh súp lơ

Thành phần:

- 1,3 lbs. hoa súp lơ

- 1 củ hành tây, xắt nhỏ

- 3 tép tỏi, thái nhỏ

- 1 thìa cà phê nghệ

- 1 cốc phô mai parmesan, bào mị n

- 1 cốc phô mai cheddar trắng trưởng thành, xay thô

- 8 quả trứng

- 1-2 thìa cà phê muối

- 2 muỗng canh vỏ mã đề

- 1 cốc kem

- 1 muỗng canh dầu dừa

- Hạt mè

- Dầu ô liu

Hướng:

a) Làm nóng lò ở nhiệt độ 360 F.

b) Hấp súp lơ. Giữ nguyên một nửa và nghiền phần còn lại.

c) Xào hành, tỏi, nghệ trong dầu dừa cho đến khi mềm. Để qua một bên.

d) Trong một bát riêng, đánh trứng. Thêm kem, phô mai, muối và vỏ mã đề.

e) Cho súp lơ nguyên củ và nghiền nhuyễn với hành tây xào và hỗn hợp trứng vào tô.

f) Lót giấy nướng đã phết mỡ vào khay nướng dạng lò xo và rắc hạt vừng. Đặt chảo lên khay nướng.

g) Đổ hỗn hợp súp lơ vào và nướng trong lò trong 40 phút.

h) Ngay khi lấy ra khỏi lò, dùng nĩa chọc nhẹ khắp bề mặt và rưới dầu ô liu lên.

42. "Thịt viên" cải xoăn gia vị

Phục vụ: 8

Thành phần:

- 4 muỗng canh dầu ô liu

- 1 chén bột hạnh nhân

- 1 bó lá cải xoăn

- 1 quả ớt xanh, xắt nhỏ

- 1/4 thìa cà phê bột ớt đỏ

- 1/4 thìa cà phê bột nghệ

- 1 thìa cà phê bột hạt thì là

- 1/4 thìa cà phê gừng, băm nhỏ

- Muối đen hoặc muối tùy khẩu vị

- 1 muỗng cà phê baking soda hoặc baking soda (tùy chọn)

- Nước làm bột

Hướng:

a) Trong một cái bát, trộn tất cả các thành phần lại với nhau.

b) Trộn và nhào bột bằng ngón tay. Độ đặc không được quá dày cũng không quá mỏng. Làm món "thị t viên" cải xoăn.

c) Đun nóng dầu trong chảo rán. Đặt từng "thị t viên" cải xoăn vào dầu nóng.

d) Chiên từng ít một, đừng dồn quá nhiều. Khi chúng có màu vàng từ một mặt, hãy lật và chiên mặt còn lại.

e) Dùng thìa có rãnh lấy khoai tây chiên ra và đặt lên khăn ăn thấm nước.

f) Ăn nóng.

43. Bí ngô Carbonara

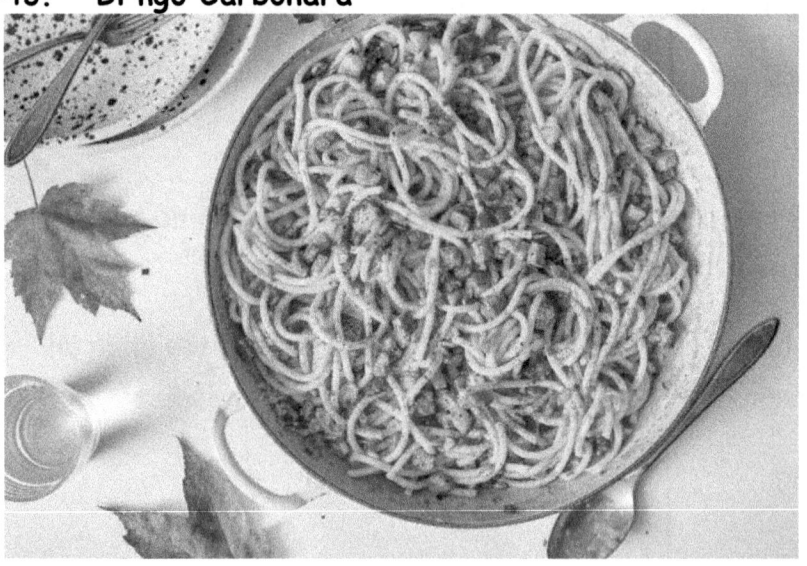

Phục vụ: 4

Thành phần:

- 5 oz. pancetta

- ¼ cốc kem đặc

- 2 muỗng canh bơ

- ½ muỗng cà phê Sage, khô

- Tiêu đen

- 1 gói mì Shirataki

- 2 lòng đỏ trứng

- 1/3 cốc phô mai Parmesan

- 3 muỗng canh bí ngô xay nhuyễn

- Muối

Hướng:

a) Đun sôi nồi nước, cho mì vào luộc khoảng 3 phút rồi vớt ra để ráo. Khô hoàn toàn và đặt sang một bên cho đến khi cần thiết.

b) Cắt nhỏ pancetta, đun nóng chảo và nấu pancetta cho đến khi giòn. Dự trữ dầu và đặt pancetta sang một bên cho đến khi cần thiết.

c) Đun nóng nồi nhỏ rồi cho bơ vào nấu đến khi chuyển sang màu nâu thì cho bơ và tỏi xay nhuyễn vào.

d) Thêm pancetta, chất béo và kem, trộn với nhau cho đến khi kết hợp hoàn toàn.

e) Đun nóng chảo có mỡ trên lửa lớn và xào mì trong 5 phút.

f) Thêm phô mai vào hỗn hợp bí ngô, trộn đều và giảm nhiệt; nấu cho đến khi nước sốt đặc lại.

g) Thêm pancetta và mì vào nước sốt, đảo đều rồi thêm lòng đỏ vào trộn đều; nấu trong 3 phút.

h) Phục vụ.

44. Bữa ăn xúc xích Ý một nồi

Phục vụ: 2

Thành phần:

- 1 muỗng canh hành tây

- ¼ cốc phô mai Parmesan

- ½ thìa cà phê lá oregano

- ¼ thìa cà phê muối

- 3 liên kết xúc xích

- 4 oz. Nấm

- ¼ cốc phô mai Mozzarella (cắt nhỏ)

- ½ thìa cà phê húng quế

- ¼ thìa cà phê ớt đỏ

Hướng:

a) Đặt lò nướng ở mức 350 F.

b) Đun nóng chảo gang cho đến khi bắt đầu bốc khói rồi cho xúc xích vào nấu cho đến khi gần chín.

c) Cắt hành tây và nấm rồi lấy xúc xích ra khỏi nồi rồi thêm rau thái lát vào nấu trong 3 phút cho đến khi chín vàng.

d) Cắt xúc xích và cho vào chảo cùng với gia vị . Thêm parmesan và khuấy đều.

e) Đặt chảo vào lò nướng và nấu trong 10 phút, sau đó phủ mozzarella lên trên và nấu cho đến khi phô mai tan chảy.

f) Phục vụ.

45. Xà lách bông cải

Thành phần:

- 1 cốc bông cải xanh

- 2 cọng cần tây vừa

- 1/2 chén nấm miếng (chiên)

- 1/4 cốc cà chua bi

- 1 muỗng canh dầu ô liu

- 2 chén rau diếp

- 1 muỗng canh giấm balsamic

- ½ chén hạt bí ngô rang khô trên chảo

Hướng:

a) Cho tất cả nguyên liệu vào tô, trộn đều và thưởng thức.

46.   Thịt xông khói với súp lơ nghiền phô mai

Thành phần:

- 4 chén hoa súp lơ, xắt nhỏ

- 3 muỗng canh kem nặng

- $\frac{1}{4}$ thìa cà phê bột tỏi

- Muối và hạt tiêu cho vừa ăn

- 4 dải thịt xông khói, nấu chín và cắt nhỏ

- 1 cốc phô mai cheddar, cắt nhỏ

Hướng:

a) Trong một cái bát an toàn với lò nướng, trộn bông súp lơ xắt nhỏ, kem béo, bơ và nêm bột tỏi, muối và hạt tiêu.

b) Đặt bát vào lò vi sóng và nấu ở nhiệt độ cao trong 20 phút hoặc cho đến khi súp lơ mềm.

c) Đổ súp lơ đã nấu chín vào máy xay thực phẩm rồi thêm thịt xông khói và phô mai cheddar vào.

d) Xung cho đến khi bạn đạt được một sự thống nhất mịn màng.

e) Ăn kèm với một chút bơ lên trên.

47. Đậu phụ nướng giòn và salad cải ngọt

Phục vụ: 3

Thành phần:

Đối với đậu phụ:

- 1 muỗng canh nước tương

- 1 muỗng canh nước

- 1 muỗng canh giấm rượu gạo

- 15 oz. đậu hũ siêu cứng

- 1 muỗng canh dầu mè

- 2 thìa cà phê tỏi

- ½ nước cốt chanh

Đối với Salad:

- 1 củ hành xanh

- 3 muỗng canh dầu dừa

- 1 muỗng canh sambal oelek

- ½ nước cốt chanh

- 9 oz. Bok choy

- 2 muỗng canh rau mùi, xắt nhỏ

- 2 muỗng canh nước tương

- 1 muỗng canh bơ đậu phộng

- 7 giọt chất lỏng stevia

Hướng:

a) Bọc đậu phụ trong một miếng vải sạch và ép trong 6 giờ cho đến khi khô.

b) Trộn nước tương, nước, giấm, nước cốt chanh, dầu mè và tỏi vào tô và cắt đậu phụ thành khối. Thêm vào nước xốt, đậy bằng nhựa và để sang một bên trong 30 phút hoặc qua đêm nếu có thể.

c) Đặt lò nướng ở nhiệt độ 350 F. Dùng giấy da để lót khay nướng và đặt đậu phụ đã ướp lên khay. Nướng trong 35 phút.

d) Chuẩn bị chế biến món salad bằng cách kết hợp tất cả các nguyên liệu ngoại trừ cải chíp. Cắt nhỏ cải chíp rồi trộn với nước sốt.

e) Top bok choy với đậu phụ nướng và phục vụ.

48. sốt kem rau bó xôi

Thành phần:

- 2 chén rau chân vị t
- ½ củ hành tây nhỏ, xắt nhỏ
- ¼ cốc nước
- 1/2 khối cổ phiếu
- 1 tép tỏi, xắt nhỏ
- ¼ cốc kem nặng
- 2 muỗng canh bơ
- Muối và hạt tiêu cho vừa ăn
- Phô mai (tùy chọn)

Hướng:

a) Đặt rau bina và hành tây vào chảo với nước và đun nóng trên lửa vừa cao.

b) Thêm nước kho và tỏi vào rồi hấp trong 8-10 phút hoặc cho đến khi nước bay hết và rau bina rất mềm.

c) Đổ kem béo và bơ vào, sau đó nêm muối và hạt tiêu. Nấu cho đến khi nó đặc lại.

d) Dùng máy xay cầm tay xay rau bina cho đến khi khá mị n.

e) Dùng khi còn nóng

49. Mì phô mai với húng quế tươi

Phục vụ: 3

Thành phần:

- 2 chén mì bí ngòi (zoodles)

- 2 muỗng canh húng quế tươi cắt nhỏ

- 1/4 chén phô mai pecorino Romano, cạo

- 1/4 cốc phô mai Grana Padano, bào

- 3 muỗng canh bơ mặn

- 3 tép tỏi nghiền

- 1 muỗng cà phê ớt đỏ

- 1 muỗng canh ớt đỏ xắt nhỏ

- 1 muỗng canh dầu dừa

- Muối và hạt tiêu tươi cho vừa ăn

Hướng:

a) Trong chảo rán trên lửa vừa, làm tan chảy bơ và dầu dừa. Thêm tỏi, ớt đỏ xắt nhỏ và ớt đỏ mảnh. Xào chỉ trong 1 phút.

b) Thêm mì vào và nấu trong 1-2 phút. Tắt lửa và trộn với húng quế tươi. Quăng nhẹ nhàng.

c) Thêm phô mai Pecorino Romano vào và trộn.

d) Cuối cùng rắc phô mai Grana Padano bào lên trên.

e) Phục vụ ngay lập tức.

50. Bánh burger chay

Thành phần:

- 2 chén cải Brussels

- 3 quả trứng hữu cơ

- 1 cốc phô mai parmesan, bào

- 1 ½ phô mai dê

- ½ chén hành lá, xắt nhỏ

- 1/3 chén bột hạnh nhân

- 1 cốc phô mai parmesan

- 1 ½ phô mai dê

- Muối và hạt tiêu cho vừa ăn

Hướng:

a) Rửa sạch cải Brussels và cho vào máy xay thực phẩm để cắt thành từng miếng.

b) Chuyển cải Brussels vào tô và thêm phô mai parmesan và bột hạnh nhân vào tô. Nêm với muối và hạt tiêu.

c) Trong một tô khác, đánh trứng rồi đổ hỗn hợp cải Brussels lên. Kết hợp tốt bằng cách sử dụng bàn tay của bạn.

d) Tạo miếng bánh mì kẹp thịt, khoảng 4 oz. từng miếng rồi chiên trong chảo gang đã phết dầu khoảng 2 phút cho mỗi mặt hoặc cho đến khi giòn.

51. Súp lơ cay với xúc xích Sujuk

Thành phần:

- 4 chén súp lơ đông lạnh

- 8 oz. Xúc xích Sujuk thái lát (hoặc pastrami đỏ)

- 1 quả ớt xanh, xắt nhỏ

- 1 thìa cà phê gia vị Cajun

- 1/2 củ hành tây, xắt nhỏ

- 2 muỗng canh tỏi băm

- 2 muỗng canh dầu ô liu

Hướng:

a) Trong chảo rán, xào hành tây trong dầu ô liu trong 2-3 phút.

b) Bóp chất lỏng từ súp lơ xắt nhỏ và thêm vào chảo. Xào súp lơ với hành tây trong 5-10 phút.

c) Thêm gia vị Cajun vào và trộn đều. Thêm xúc xích sujuk cắt nhỏ hoặc pastrami và ớt xanh vào.

d) Quăng và nấu cho đến khi khoảng 5 phút. Chuyển sang đĩa. Phục vụ.

52.   Rau mầm Balsamic Brussels và thịt xông khói

Khẩu phần: 4

Thành phần :

- $\frac{3}{4}$ đến 1 lb. Cải Brussels

- 1 muỗng cà phê dầu ô liu

- 1 muỗng cà phê giấm balsamic

- 2 lát thịt xông khói, không chứa nitrat

- 1 nhúm muối và hạt tiêu, cho vừa ăn

Hướng dẫn :

a) Rửa và cắt cải Brussels trước. Cắt bỏ phần thân cứng và loại bỏ những lá bị hư hỏng. Vỗ nhẹ cho khô.

b) Làm nóng trước nồi chiên không dầu của bạn ở nhiệt độ 380°F. trong 3 phút

c) Trong một bát vừa, trộn dầu và giấm balsamic.

d) Cắt lát thịt xông khói thành miếng một inch. Thêm rau mầm vào giỏ nồi chiên không khí và đặt các miếng thịt xông khói lên trên.

e) Chiên trong không khí trong 16-18 phút, lắc giỏ ít nhất một lần trong thời gian nấu.

f) Kiểm tra độ chín bằng nĩa và chiên thêm một hoặc hai phút nữa nếu cần.

53. Củ cải nướng tỏi Parmesan

năng suất: 2 PHỤC VỤ

Thành phần :

- 12 oz. túi Củ cải, cắt tỉa và giảm một nửa

- 1 muỗng canh (16g) dầu ô liu, chia đều

- 1 tép tỏi, nghiền nát

- Một nhúm muối Kosher

- 2 thìa Parmesan bào

- 1/4 muỗng cà phê ớt đỏ và mảnh mùi tây

Hướng dẫn :

a) Cắt đôi củ cải (làm tư những củ cải cục lớn) và trộn với 1/2 thìa canh (8g) dầu ô liu. Cho củ cải vào giỏ nồi chiên không dầu và nấu trong 8 phút ở nhiệt độ 400°F.

b) Trong cùng một bát, thêm 1/2 muỗng canh dầu ô liu còn lại, tỏi nghiền, muối, ớt đỏ và mảnh mùi tây. Khuấy mọi thứ lại với nhau.

c) Sau 8 phút trong nồi chiên không dầu, cho củ cải trở lại tô cùng với hỗn hợp dầu ô liu, đảo đều để củ cải phủ đều. Thêm parmesan bào vào và khuấy đều mọi thứ lại với nhau cho đến khi củ cải được phủ đều parmesan.

d) Đặt củ cải trở lại giỏ nồi chiên không khí và nấu thêm 68 phút ở 400°F cho đến khi có màu vàng giòn.

54. Súp lơ sấy Air F

Khẩu phần: 4

Thành phần :

- 3/4 muỗng canh nước sốt nóng, vui lòng dùng nước sốt nhẹ nếu bạn không thích ăn cay

- 1 muỗng canh dầu bơ

- Muối để nếm

- 1 đầu súp lơ vừa cắt thành từng miếng rửa sạch và vỗ nhẹ cho khô

Hướng dẫn :

a) Làm nóng nồi chiên không dầu ở nhiệt độ 400F / 200C

b) Trộn đều nước sốt nóng, bột hạnh nhân, dầu bơ và muối trong một tô lớn.

c) Thêm súp lơ và trộn cho đến khi phủ đều.

d) Cho một nửa súp lơ vào nồi chiên không khí và chiên .

e) Đảm bảo mở nồi chiên không khí và lắc giỏ chiên 23 lần để lật súp lơ. Loại bỏ và đặt sang một bên.

f) Thêm vào mẻ thứ hai, nhưng nấu ít hơn 23 phút .

g) Ăn nóng với một ít nước sốt nóng để chấm.

55. khoai tây chiên jicama

Khẩu phần 4

Thành phần :

- 8 cốc củ đậu (gọt vỏ, cắt thành que diêm mỏng, dày 1/4 inch và dài 3 inch)

- 2 muỗng canh dầu ô liu

- 1/2 thìa cà phê bột tỏi

- 1 thìa cà phê thì là

- 1 thìa cà phê muối biển

- 1/4 thìa cà phê Tiêu đen

- 1/2 chén phô mai Cheddar (cắt nhỏ)

- 1/4 chén hành lá (xắt nhỏ)

Hướng dẫn :

a) Đun sôi một nồi nước lớn trên bếp. Thêm khoai tây chiên jicama và đun sôi trong 12 đến 15 phút cho đến khi không còn giòn.

b) Khi củ đậu không còn giòn nữa thì vớt ra và thấm khô.

c) Đặt lò nướng của nồi chiên không dầu ở nhiệt độ 400 độ và để nóng trước từ 2 đến 3 phút. Bôi mỡ vào giá hoặc giỏ nồi chiên không khí mà bạn sẽ sử dụng.

d) Cho khoai tây chiên vào tô lớn cùng với dầu ô liu, bột tỏi, thì là và muối biển. Quăng vào áo khoác.

56. Kabob rau củ

Khẩu phần: 6

Thành phần :

- 1 cốc (75g) nấm nút

- 1 cốc (200g) cà chua nho

- 1 quả bí xanh cắt thành khối nhỏ

- 1/2 thìa cà phê thì là xay

- 1/2 quả ớt chuông thái lát

- 1 củ hành tây nhỏ cắt thành khối (hoặc 34 củ hẹ nhỏ, cắt đôi)

- Muối để nếm

Hướng dẫn :

a) gỗ sồi trong nước ít nhất 10 phút trước khi sử dụng.

b) Làm nóng nồi chiên không dầu ở nhiệt độ 390F / 198C.

c) Xiên rau củ vào xiên.

d) Đặt xiên vào nồi chiên không dầu và đảm bảo chúng không chạm vào nhau. Nếu giỏ nồi chiên không khí nhỏ, bạn có thể phải cắt các đầu xiên cho vừa.

e) Nấu trong 10 phút , quay nửa thời gian nấu. Vì nhiệt độ nồi chiên không dầu có thể thay đổi nên hãy bắt đầu với thời gian ít hơn và sau đó tăng thêm thời gian nếu cần.

f) Chuyển món kabob chay vào đĩa và phục vụ.

57. mì spaghetti bí

Phục vụ: 2

Thành phần :

- 1 (2 lbs.) bí spaghetti
- 1 ly nước
- Rau mùi để phục vụ
- 2 muỗng canh ngò tươi để trang trí (tùy chọn)

Hướng dẫn :

a) Cắt bí làm đôi. Loại bỏ hạt khỏi trung tâm của nó.

b) Đổ một cốc nước vào phần chèn của Instant Pot và đặt bộ ba vào trong.

c) Xếp hai nửa quả bí lên trên chiếc kiệu, với mặt da hướng xuống dưới.

d) Đậy nắp và chọn "Thủ công" với áp suất cao trong 20 phút.

e) Sau tiếng bíp, thực hiện nhả tự nhiên và tháo nắp.

f) Lấy bí ra và dùng hai chiếc nĩa để xé nhỏ từ bên trong.

g) Ăn kèm với thịt heo cay nếu cần.

58. Rau mầm Brussels tráng men

Máy chủ 4

Thành phần :

- 1 lb Cải Brussels (cắt nhỏ)
- 2 muỗng canh nước cam mới vắt
- ½ muỗng cà phê vỏ cam bào
- ½ muỗng canh bơ Earth Balance
- 1 muỗng canh si-rô phong
- Muối và hạt tiêu đen cho vừa ăn

Hướng dẫn :

a) Thêm tất cả nguyên liệu vào Instant Pot.

b) Đậy nắp và chọn chức năng "Thủ công" trong 4 phút với áp suất cao.

c) Thực hiện nhả nhanh sau tiếng bíp, sau đó tháo nắp.

d) Khuấy đều và phục vụ ngay.

59. Khoai tây chanh

Phục vụ: 2

Thành phần :

- ½ muỗng canh dầu ô liu
- 2 ½ khoai tây vừa, chà và cắt khối
- 1 muỗng canh hương thảo tươi, xắt nhỏ
- Tiêu đen mới xay để nếm thử
- ½ chén nước luộc rau
- 1 thìa nước cốt chanh tươi

Hướng dẫn :

a) Cho dầu, khoai tây, hạt tiêu và hương thảo vào Instant Pot.

b) "Xào" trong 4 phút và khuấy liên tục.

c) Thêm tất cả nguyên liệu còn lại vào Instant Pot.

d) Đậy nắp và chọn chức năng "Thủ công" trong 6 phút bằng áp suất cao.

e) Thực hiện nhả nhanh sau tiếng bíp rồi tháo nắp.

f) Khuấy nhẹ và dùng nóng.

60. Hỗn hợp mầm Brussels và cà chua

Máy chủ 4

Thành phần :

- 1 lb cải Brussels; tỉa
- 6 quả cà chua bi; giảm đi một nửa
- 1/4 chén hành lá; băm nhỏ.
- 1 muỗng canh dầu ô liu
- Muối và hạt tiêu đen cho vừa ăn

Hướng dẫn :

a) Nêm bắp cải Brussels với muối và hạt tiêu, cho vào nồi chiên không dầu và nấu ở nhiệt độ 350°F trong 10 phút

b) Chuyển chúng vào tô, thêm muối, hạt tiêu, cà chua bi, hành lá và dầu ô liu, trộn đều và thưởng thức.

61. Băm củ cải

Máy chủ 4

Thành phần :

- 1/2 thìa cà phê bột hành
- 1/3 cốc phô mai parmesan; nạo
- 4 quả trứng
- 1 lb củ cải; cắt lát
- 1/2 thìa cà phê bột tỏi
- Muối và hạt tiêu đen cho vừa ăn

Hướng dẫn :

a) Trong một cái bát; Trộn củ cải với muối, tiêu, bột hành tỏi, trứng và parmesan rồi khuấy đều

b) Chuyển củ cải vào chảo vừa với nồi chiên không dầu của bạn và nấu ở nhiệt độ 350°F trong 7 phút

c) Chia băm ra đĩa và phục vụ.

62. Nấm với thảo mộc và kem

Phục vụ: 4

Thành phần :

- 1 pound nấm các loại, rửa sạch và cắt nhỏ
- 2 muỗng canh nước tương không đường
- Muối và hạt tiêu cho vừa ăn
- 1 muỗng canh dầu ô liu
- 2 muỗng canh rau mùi tây mới cắt nhỏ để phục vụ
- 2 muỗng canh kem chua để phục vụ

Hướng dẫn :

a) Air Fasher của bạn ở nhiệt độ 180 độ F

b) Đặt tất cả nguyên liệu vào túi chân không.

c) Bị t kín túi, cho vào nồi cách thủy và đặt hẹn giờ trong 30 phút.

d) Khi hết thời gian, dùng ngay với kem chua và rau mùi tây cắt nhỏ.

63. Măng tây

Phục vụ: 4

Thành phần :

- măng tây 1 pound
- 1 tép tỏi, băm nhỏ
- 1 muỗng canh dầu ô liu
- Nước cốt 1/2 quả chanh
- Muối và hạt tiêu cho vừa ăn

Hướng dẫn :

a) Air Fasher của bạn ở nhiệt độ 135 độ F
b) Đặt tất cả nguyên liệu vào túi chân không.
c) Bị t kín túi, cho vào nồi cách thủy và đặt hẹn giờ trong 1 giờ.
d) Khi hết thời gian, hãy dùng ngay như món ăn phụ hoặc món khai vị .

64. bơ cà rốt

Phục vụ: 4

Thành phần :

- 1 pound cà rốt nhỏ, gọt vỏ
- 2 muỗng canh bơ
- Muối và hạt tiêu cho vừa ăn
- 1 muỗng canh đường nâu

Hướng dẫn :

a) Air Fasher của bạn ở nhiệt độ 185 độ F
b) Đặt tất cả nguyên liệu vào túi chân không.
c) Bị t kín túi, cho vào nồi cách thủy và đặt hẹn giờ trong 1 giờ.
d) Khi hết thời gian, hãy dùng ngay như món ăn phụ hoặc món khai vị .

65. Cà tím kiểu châu Á

Phục vụ: 4

Thành phần :

- 1 pound cà tím, thái lát
- 2 muỗng canh nước tương không đường
- 6 muỗng canh dầu mè
- 1 muỗng canh hạt vừng để phục vụ Muối và hạt tiêu cho vừa ăn

Hướng dẫn :

a) Air Fasher của bạn ở nhiệt độ 185 độ F
b) Đặt tất cả nguyên liệu vào túi chân không.
c) Đậy kín túi, cho vào nồi cách thủy và đặt hẹn giờ trong 50 phút.
d) Khi hết thời gian, cho cà tím vào chảo gang chiên vàng trong vài phút.
e) Ăn ngay rắc hạt vừng.

66. Bắp ngô bơ

Phục vụ: 4

Thành phần :

- 4 bắp ngô rửa sạch, cắt nhỏ
- 2 muỗng canh bơ
- Muối để nếm
- 2-3 nhánh mùi tây

Hướng dẫn :

a) Air Fasher của bạn ở nhiệt độ 185 độ F

b) Cho tai ngô vào túi hút chân không, thêm bơ, muối và mùi tây.

c) Đậy kín túi, cho vào nồi cách thủy và đặt hẹn giờ trong 30 phút.

d) Khi hết thời gian, loại bỏ nhánh mùi tây và phục vụ ngô.

67. Đậu xanh kiểu Trung Quốc cay

Phục vụ: 4

Thành phần :

- 1 pound đậu xanh dài
- 2 thìa tương ớt
- 2 tép tỏi, băm nhỏ
- 1 muỗng canh bột hành
- 1 muỗng canh dầu mè
- Muối để nếm
- 2 muỗng canh hạt vừng để phục vụ

Hướng dẫn :
a)   Air Fasher của bạn ở nhiệt độ 185 độ F.
b)   Đặt nguyên liệu vào túi chân không.
c)   Bịt kín túi, cho vào nồi cách thủy và đặt hẹn giờ trong 1 giờ.
d)   Rắc đậu với hạt vừng và phục vụ.

68. Hỗn hợp cà tím và bí xanh

Máy chủ 4

Thành phần :

- 1 quả cà tím; đại khái là hình khối
- 3 quả bí xanh; đại khái là hình khối
- 2 thìa nước cốt chanh
- 1 thìa cà phê húng tây; khô
- Muối và hạt tiêu đen cho vừa ăn
- 1 thìa cà phê lá oregano; khô
- 3 muỗng canh dầu ô liu

Hướng dẫn :

a) Cho cà tím vào đĩa vừa với nồi chiên không khí của bạn, thêm bí ngòi, nước cốt chanh, muối, tiêu, húng tây, lá oregano và dầu ô liu, trộn đều, cho vào nồi chiên không dầu và nấu ở nhiệt độ 360 ° F trong 8 phút

b) Chia ra các đĩa và phục vụ ngay.

69. Bok Choy luộc

Phục vụ: 2

Thành phần :

- 1 tép tỏi, đập dập
- 1 bó cải chíp, cắt nhỏ
- 1 cốc nước trở lên
- Muối và hạt tiêu cho vừa ăn

Hướng dẫn :

a) Thêm nước, tỏi và cải chíp vào Instant Pot.

b) Đậy nắp và chọn chức năng "Thủ công" trong 7 phút với áp suất cao.

c) Sau tiếng bíp, thực hiện nhả nhanh và tháo nắp.

d) Lọc cải thìa đã nấu chín và chuyển vào đĩa.

e) Rắc chút muối và hạt tiêu lên trên.

f) Phục vụ.

70. Khoai tây chiên cà tím Air Fryer

PHỤC VỤ: 2

Thành phần

- 2 quả cà tím bé

- 2 quả trứng lớn

- 1 chén panko thị t heo

- $\frac{1}{4}$ chén phô mai Parmesan bào

- 1 thìa cà phê bột tỏi

- 1 muỗng cà phê mùi tây khô

- $\frac{1}{2}$ muỗng cà phê lá oregano khô

- $\frac{1}{2}$ muỗng cà phê húng quế khô

- $\frac{1}{4}$ thìa cà phê húng tây khô

- $\frac{1}{4}$ muỗng cà phê hương thảo khô

- 2 thìa cà phê phô mai Parmesan bào

- nước sốt marinara ấm (để chấm)

Hướng dẫn :

a) Cắt cuống và đầu hoa của cà tím. Gọt vỏ tím từ cà tím.

b) Cắt cà tím đã gọt vỏ thành những lát dày $\frac{1}{2}$ inch (1,27 cm) và dài khoảng 4-4$\frac{1}{2}$ inch (10-11 cm). Cố gắng làm cho tất cả chúng có cùng kích thước để nấu chín đều hơn. Cắt những que cà tím dày hơn hoặc mỏng hơn sẽ làm thay đổi thời gian chiên bằng không khí.

c) Đánh hai quả trứng vào một cái bát cỡ vừa.

d) Trong bát thứ hai, khuấy đều panko thịt lợn, ¼ cốc phô mai Parmesan, bột tỏi, rau mùi tây, lá oregano, húng quế, húng tây và hương thảo.

e) Nhúng từng miếng cà tím vào trứng rồi phủ vào hỗn hợp panko thịt lợn. Xếp khoai tây chiên thành một lớp không chạm vào khay chiên của bạn. Đậy tất cả khoai tây chiên.

f) Mẹo: Đừng dồn khoai tây chiên lên khay chiên không khí! Nấu chúng thành nhiều mẻ nếu cần.

g) Cho khoai tây chiên parmesan cà tím vào nồi chiên không dầu trong 5 phút ở nhiệt độ 375°F (190°C). Sau đó chuyển đổi vị trí của các khay trong lò chiên không dầu và nấu thêm 5 phút ở nhiệt độ 375°F (190°C). Bạn không cần phải lật khoai tây chiên.

h) Nếu lúc này khoai tây chiên chưa đủ mềm ở giữa, hãy chuyển đổi vị trí của khay chiên không khí một lần nữa. Chiên chúng thêm 2-3 phút nữa ở nhiệt độ 375°F (190°C).

i) Rắc khoai tây chiên với 2 muỗng cà phê Parmesan còn lại. Để chúng nguội một chút trước khi dùng với nước sốt marinara ấm.

71. Khoai tây chiên Kohlrabi bằng nồi chiên không khí

NĂNG SUẤT: 6

Thành phần

- 1 lb. Dầu ô liu nguyên chất

- 2 muỗng canh muối Kosher thô

- 1 thìa cà phê ớt bột

- 1 thìa cà phê bột tỏi

- $\frac{1}{2}$ thìa cà phê

Hướng dẫn :

a) Sử dụng một con dao đầu bếp sắc bén để cắt lá từ rễ su hào.

b) Cắt bỏ lớp vỏ cứng bên ngoài của rễ.

c) Sau khi gọt vỏ, củ phải được cắt thành từng vòng $\frac{1}{4}$" rồi cắt thành từng lát dày $\frac{1}{4}$".

d) Đặt các dải julienne vào một tô trộn lớn.

e) Thêm phần còn lại của các thành phần và trộn đều. Thêm một nửa số khoai tây chiên vào giỏ nồi chiên không dầu và nấu ở nhiệt độ 350 F trong 10 phút.

f) Lắc giỏ rồi nấu ở nhiệt độ cao hơn trong thời gian ngắn hơn, tức là 6 phút ở 400 F. Lặp lại với số khoai tây chiên còn lại. T

72.   Dưa chuột cắt lát

Làm khoảng 1 cốc

Thành phần

- 1 cốc dưa chuột, cắt thành lát $\frac{1}{4}$ inch
- 1 thìa cà phê bột hành
- 2 thìa nước cốt chanh

Hướng

a) Trong một bát trộn, trộn các nguyên liệu lại với nhau. Đặt vào máy ép dưa chua, dưới áp lực.

b) Hoặc, đặt một chiếc đĩa lên hỗn hợp trong bát và xếp những chiếc đĩa nặng lên trên.

c) Đặt sang một bên ở nhiệt độ phòng trong một ngày.

d) Điều này sẽ giữ trong tủ lạnh trong vài ngày.

73.   kẹo khoai mỡ

Máy chủ 4

Thành phần:

- 4 củ khoai mỡ hoặc khoai lang, gọt vỏ
- 1 hoặc 2 muỗng canh mật ong nguyên chất hoặc mật cây thùa nguyên chất

Hướng

a) Trong máy xay thực phẩm, sử dụng lưỡi chữ S để xử lý khoai mỡ cho đến khi mịn.

b) Mỗi lần thêm một ít chất làm ngọt, xử lý mỗi lần bạn thêm và sau đó nếm thử cho đến khi đạt được độ ngọt mong muốn.

c) Hãy cẩn thận không để quá ngọt.

74.   Bơ nhồi bắp cải

Khẩu phần: 4

Thành phần

- 2 chén bắp cải đỏ thái nhỏ
- 3/4 cốc cà rốt bào sợi
- 1/2 chén hành đỏ cạo
- nước ép của 1 quả chanh
- 2 quả bơ, cắt đôi và bỏ hạt

Hướng

a) Trong một tô vừa, trộn cả bắp cải, cà rốt và hành đỏ với nhau

b) Đổ nước cốt chanh lên hỗn hợp bắp cải và trộn đều.

c) Cẩn thận khoét một lỗ trên mỗi nửa quả bơ. Điền vào phần slaw và tận hưởng!

75.   Bí ngòi cuộn sống

Khẩu phần: 3

Thành phần

- 1 quả bí vừa
- 150g kem phô mai hạt điều
- 2 thìa nước cốt chanh
- 5 lá húng quế tươi
- một nắm quả óc chó

Hướng

a) Trong một bát trộn phô mai hạt điều với nước cốt chanh và húng quế tươi cắt nhỏ.

b) Thêm một ít hạt cắt nhỏ.

c) Dùng dụng cụ gọt vỏ khoai tây, cắt những dải dài từ bí xanh,

d) Đặt khoảng 1 muỗng cà phê hỗn hợp phô mai vào mỗi dải.

e) Cuộn dải bí ngòi lên trên hỗn hợp phô mai và trang trí với húng quế tươi.

76.   Nấm nhồi hạt điều Pesto

Khẩu phần 12 cây nấm

Thành phần

- 10 oz. Toàn bộ nấm Cremini , bỏ cuống ở giữa
- 15-20 lá húng quế lớn
- nước ép và vỏ của 1 quả chanh
- 2/3 chén hạt điều thô
- Hạt tiêu đen để nếm thử

Hướng

a) Trong máy xay thực phẩm hoặc máy xay sinh tố, trộn húng quế, nước cốt chanh và hạt điều.

b) Nêm hạt tiêu và máy xay thực phẩm xung cho đến khi cắt nhỏ.

c) Trộn trong khoảng 30 giây cho đến khi pesto mị n và như kem.

d) Đặt nắp nấm lên trên đĩa phục vụ. Múc pesto vào mũ nấm.

e) Phủ vỏ chanh lên trên và trang trí bằng cả hạt điều.

77.   Salad Caprese bo

Khẩu phần: 6 phần ăn

Thành phần

- 4 quả cà chua gia truyền vừa
- 3 quả bơ vừa
- 1 bó húng quế tươi lớn
- 1 quả chanh vắt

Hướng

a) Cắt bơ xung quanh đường xích đạo và loại bỏ hạt. Cắt thành từng miếng tròn, sau đó bỏ vỏ.

b) Nhẹ nhàng ném những lát bơ vào nước chanh.

c) Cắt lát cà chua.

d) Xếp từng lớp các lát cà chua, lát bơ và lá húng quế. Thưởng thức!

78. Thuyền Taco thô

Khẩu phần 4

Thành phần

- 1 đầu xà lách romaine
- 1/2 chén hummus củ cải sống
- 1 cốc cà chua bi cắt đôi
- 3/4 chén bắp cải đỏ thái lát mỏng
- 1 quả bơ chín vừa (cắt khối)

Hướng

a) Xếp các thuyền đựng rau diếp lên đĩa phục vụ và bắt đầu đổ 1-2 thìa canh (15-30 g) hummus vào.

b) Sau đó phủ cà chua, bắp cải và bơ lên trên.

79.   Nacho táo

Năng suất: Phục vụ 1

Thành phần

- 2 quả táo tùy chọn
- ⅓ cốc bơ hạt tự nhiên
- nắm dừa nạo nhỏ
- rắc quế
- 1 thìa nước cốt chanh

Hướng

a) Táo: Rửa sạch, bỏ lõi và cắt táo thành lát ¼ inch.

b) Đặt những lát táo vào một cái bát nhỏ với nước cốt chanh, trộn đều.

c) Bơ hạt: Đun nóng bơ hạt cho đến khi ấm và hơi chảy nước.

d) Rưới bơ hạt theo chuyển động tròn, từ giữa đĩa ra mép ngoài.

e) Phủ dừa vụn lên trên và rắc quế.

80.   Viên tươi không có thịt

Thành phần

- 1 chén hạt hướng dương sống
- $\frac{1}{2}$ cốc + 1 thìa bơ hạnh nhân thô
- 4 quả cà chua phơi nắng, ngâm nước
- 3 muỗng canh húng quế tươi, cắt nhỏ
- 1 muỗng cà phê dầu hạt

Hướng

a) Cho tất cả nguyên liệu vào máy xay thực phẩm và xay cho đến khi hỗn hợp đạt được kết cấu tương tự như thịt xay.

b) Múc hỗn hợp ra thành từng thìa cà phê và tạo thành từng viên thịt.

c) Hỗn hợp này có thể được dùng như những quả bóng trên mì bí xanh sống.

d) Nó cũng kết hợp tốt với sốt marinara, kem chua hạt điều hoặc pesto!

81.   Pasta cà rốt sống

Máy chủ 6

Thành phần:

- 5 củ cà rốt lớn, gọt vỏ và xoắn ốc

- 1/3 cốc hạt điều

- 2 muỗng canh rau mùi tươi, xắt nhỏ

- 1/3 chén nước sốt đậu phộng chanh gừng hoặc bất kỳ loại nước sốt thô nào

Hướng

a) Đặt tất cả mì cà rốt vào một tô lớn.

b) Đổ nước sốt đậu phộng chanh gừng lên mì và trộn nhẹ nhàng

c) Ăn kèm với hạt điều và ngò tươi cắt nhỏ.

82.   mì bí ngòi

Thành phần:

- 1 quả bí xanh
- 1 cốc cà chua
- 1/2 chén cà chua phơi nắng
- 1,5 medjool chà là

Hướng

a) Cắt bí xanh thành hình sợi mì bằng dụng cụ gọt vỏ xoắn ốc hoặc dụng cụ gọt vỏ thái sợi.

b) Trộn các thành phần còn lại trong máy xay tốc độ cao và trộn đều.

83. Súp nấm hương

Làm 6 phần ăn

Thành phần

- 6 chén nấm hương khô
- 10 cốc nước
- 2 thìa nama nước tương
- 1 muỗng canh hẹ tươi xắt nhỏ

Hướng

a) Cho nấm và nước vào hộp lớn rồi cho vào tủ lạnh, đậy nắp khoảng 8 giờ.

b) Khi đã sẵn sàng, chắt nước nấm vào tô hoặc hộp khác.

c) Khuấy nama shoyu vào nước dùng nấm.

d) Loại bỏ thân nấm và cắt nhỏ phần mũ.

e) Thêm nấm cắt nhỏ vào nước dùng và rắc hẹ cắt nhỏ lên trên.

84.   Súp lơ bông cải xanh 'Gạo'

Phục vụ: 2-3 suất ăn

Thành phần

- 1 đầu súp lơ
- 2 chén bông cải xanh, xắt nhỏ
- 3 ngọn hành lá
- $\frac{3}{4}$ chén ớt chuông, xắt nhỏ
- $\frac{1}{4}$ cốc đậu nành

Hướng

a) Cắt súp lơ thành từng bông hoa và rửa sạch.

b) Cắt hoa thành từng miếng nhỏ hơn và cho vài nắm vào máy xay thực phẩm mỗi lần.

c) Xung khoảng 5-10 giây, nếu dùng máy xay thì đẩy súp lơ xuống bằng máy xáo trộn.

d) Đặt hỗn hợp súp lơ vào tô và khuấy đều các nguyên liệu còn lại.

e) Hãy ngồi trong ít nhất 30 phút, thỉnh thoảng khuấy.

85.   Mì bí ngòi với hạt bí ngô

Giao bóng 1-2

Thành phần

- 2 quả bí xanh nhỏ
- 1/4 chén hạt bí ngô sống
- 2 muỗng canh men dinh dưỡng
- 1/4 chén lá húng quế/các loại thảo mộc tươi khác
- Nhiều sữa hạt hoặc nước khi cần thiết

Hướng

a) Để làm mì, hãy cắt bí ngòi trên máy thái mandolin hoặc máy cắt xoắn ốc. Đặt sang một bên trong một cái bát lớn.

b) Để làm nước sốt, trộn tất cả nguyên liệu cho đến khi mịn (thêm nước hoặc sữa hạt từ từ).

c) Massage nước sốt vào mì cho đến khi phủ đều.

d) Để chúng nghỉ một phút cho mềm và ướp.

86.   Nấm uớp chanh-ngò tây

LÀM 1

Thành phần

- 6 c. nấm nút trắng
- ½ củ hành trắng ngọt
- ½ c. rau mùi tây băm nhỏ
- ¼ c. nước chanh
- ¼ c. dầu hạt

Hướng

a) Kết hợp tất cả các thành phần ướp trong một bát nhỏ.

b) Cắt tất cả nấm dày khoảng ¼ inch và cho vào tô lớn.

c) Đổ nước xốt lên các nguyên liệu và trộn cho đến khi mọi thứ được phủ đều.

d) Đổ nấm vào túi đông lạnh Ziploc dung tích 1 gallon và vắt càng nhiều không khí càng tốt.

e) Làm lạnh nấm trong ít nhất 4 giờ. Khoảng một giờ một lần, tháo túi ra và lật túi để di chuyển nguyên liệu xung quanh một chút.

f) Khi đủ thời gian trôi qua, hãy lấy chúng ra khỏi tủ lạnh, phục vụ và thưởng thức.

87.   Chả giò chay

Khẩu phần 4 phần ăn

Thành phần

- 6 cái bánh tráng
- 1 củ cà rốt thái hạt lựu
- 1/2 quả dưa chuột vừa thái hạt lựu
- 1 quả ớt chuông đỏ thái hạt lựu
- 100 gram hoặc 1 chén bắp cải đỏ thái lát

Hướng

a) Bắt đầu bằng cách ngâm bánh tráng theo hướng dẫn trên bao bì.

b) Chuẩn bị tất cả các loại rau trước khi lắp ráp các cuộn.

c) Đặt giấy gói đầu tiên của bạn lên thớt và đặt một phần nhỏ các lát rau của bạn thật chặt

d) Cuộn chặt mọi thứ lại, giống như bánh burrito, gấp nửa chừng các cạnh của cuộn bánh tráng.

e) Cắt mỗi cuộn làm đôi và phục vụ.

88.   Cà ri bí ngô với hạt cay

Thành phần

- 3 chén bí ngô – cắt thành miếng 1-2 cm
- 2 muỗng canh dầu
- ½ muỗng canh hạt mù tạt
- ½ muỗng canh hạt thì là
- Pinch asafetida
- 5-6 lá cà ri
- ¼ muỗng canh hạt cỏ cà ri
- 1/4 muỗng canh hạt thì là
- 1/2 muỗng canh gừng xay
- 1 muỗng canh bột me
- 2 muỗng canh - dừa khô, xay
- 2 thìa đậu phộng rang xay
- Muối và đường nâu hoặc đường thốt nốt cho vừa ăn
- Lá rau mùi tươi

Hướng

a) Đun nóng dầu và thêm hạt mù tạt. Khi chúng bật ra, thêm thì là, cây hồ đào, asafetida, gừng, lá cà ri và thì là. Nấu trong 30 giây.

b) Thêm bí ngô và muối. Thêm bột me hoặc nước có bã bên trong. Thêm đường thốt nốt hoặc đường nâu. Thêm dừa xay và bột đậu phộng. Nấu thêm vài phút nữa. Thêm rau mùi tươi xắt nhỏ.

89.   Cà ri cá me

Thành phần

- 11/2 pound, cá trắng, cắt thành khối
- 3/4 thìa cà phê và 1/2 thìa cà phê bột nghệ
- 2 thìa cà phê bột me, ngâm trong 1/4 cốc nước nóng trong 10 phút
- 3 muỗng canh dầu thực vật
- 1/2 muỗng cà phê hạt mù tạt đen
- 1/4 thìa cà phê hạt cỏ cà ri
- 8 lá cà ri tươi
- hành tây lớn, băm nhỏ
- Ớt xanh Serrano, bỏ hạt và băm nhỏ
- cà chua nhỏ, xắt nhỏ
- 2 quả ớt đỏ khô, giã nhuyễn
- 1 muỗng cà phê hạt rau mùi, giã nhuyễn
- 1/2 chén dừa nạo sấy không đường
- Muối ăn, để nếm
- 1 ly nước

Hướng

a) Đặt cá vào tô. Chà đều với 3/4 thìa cà phê bột nghệ và để yên trong khoảng 10 phút. Rửa sạch và lau khô.

b) Lọc me và đặt chất lỏng sang một bên. Loại bỏ dư lượng.

c) Trong một cái chảo lớn, đun nóng dầu thực vật. Thêm hạt mù tạt và hạt cỏ cà ri. Khi chúng bắt đầu sủi bọt, thêm lá cà ri, hành tây và ớt xanh. Xào trong 7 đến 8 phút hoặc cho đến khi hành tây chín vàng.

d) Thêm cà chua và nấu thêm 8 phút nữa hoặc cho đến khi dầu bắt đầu tách ra khỏi các mặt của hỗn hợp. Thêm 1/2 thìa cà phê bột nghệ còn lại, ớt đỏ, hạt rau mùi, dừa và muối; trộn đều và nấu thêm 30 giây nữa.

e) Thêm nước và me đã lọc; đun sôi. Giảm nhiệt và thêm cá. Nấu ở nhiệt độ thấp trong 10 đến 15 phút hoặc cho đến khi cá chín hoàn toàn. Ăn nóng.

90.   cà ri đậu bắp

Thành phần

- 250g đậu bắp (ngón tay phụ nữ) – cắt thành miếng 1 cm
- 2 muỗng canh gừng xay
- 1 muỗng canh hạt mù tạt
- 1/2 muỗng canh hạt thì là
- 2 muỗng canh dầu
- Muối để nếm
- Pinch asafetida
- 2-3 muỗng canh bột đậu phộng rang
- Lá rau mùi

Hướng

a) Đun nóng dầu và thêm hạt mù tạt. Khi chúng bật lên, thêm thì là, asafetida và gừng. Nấu trong 30 giây.

b) Thêm đậu bắp và muối và khuấy cho đến khi chín. Thêm bột đậu phộng, nấu thêm 30 giây nữa.

c) Ăn kèm với lá rau mùi.

91. Cà ri dùa rau củ

Thành phần

- 2 củ khoai tây cỡ vừa, cắt thành khối
- 1 1/2 chén súp lơ – cắt thành bông hoa
- 3 quả cà chua r cắt thành miếng lớn
- 1 muỗng canh dầu
- 1 muỗng canh hạt mù tạt
- 1 muỗng canh hạt thì là
- 5-6 lá cà ri
- Nhúm nghệ - tùy chọn
- 1 muỗng canh gừng xay
- Lá rau mùi tươi
- Muối để nếm
- Dừa tươi hoặc khô – thái sợi

Hướng

a) Đun nóng dầu rồi cho hạt mù tạt vào. Khi chúng nổ tung, thêm các loại gia vị còn lại và nấu trong 30 giây.

b) Cho súp lơ, cà chua và khoai tây cùng một ít nước vào, đậy nắp và đun nhỏ lửa, thỉ nh thoảng khuấy đều cho đến khi chín. Sẽ còn lại một ít chất lỏng. Nếu bạn muốn cà ri khô thì hãy chiên trong vài phút cho đến khi nước bay hơi hết.

c) Thêm dừa, muối và lá rau mùi.

92.   Cà ri rau củ cơ bản

Thành phần:

- 250g rau củ – thái nhỏ

- 1 muỗng cà phê dầu

- ½ muỗng cà phê hạt mù tạt

- ½ muỗng cà phê hạt thì là

- Pinch asafetida

- 4-5 lá cà ri

- ¼ thìa cà phê bột nghệ

- ½ muỗng cà phê bột rau mùi

- Nhúm bột ớt

- Gừng nạo

- Lá rau mùi tươi

- Đường/ đường thốt nốt và muối vừa ăn

- Dừa tươi hoặc khô

Hướng

a) Cắt rau thành từng miếng nhỏ (1-2 cm) tùy theo loại rau.

b) Đun nóng dầu rồi cho hạt mù tạt vào. Khi chúng nổ, thêm thì là, gừng và các loại gia vị còn lại.

c) Thêm rau và nấu. Lúc này, bạn có thể xào rau cho đến khi chín hoặc thêm một ít nước, đậy nắp nồi và đun nhỏ lửa.

d) Khi rau chín thêm đường, muối, dừa và rau mùi.

93.   Cà ri đậu đen và dừa

Thành phần

- ½ chén đậu mắt đen, nảy mầm nếu có thể
- 2 cốc nước
- 1 muỗng canh dầu
- 1 muỗng canh hạt mù tạt
- 1 thìa canh hạt thì là
- 1 muỗng canh asafetida
- 1 muỗng canh gừng xay
- 5-6 lá cà ri
- 1 muỗng canh nghệ
- 1 muỗng canh bột rau mùi
- 2 quả cà chua - xắt nhỏ
- 1-2 muỗng canh. bột đậu phộng rang
- Lá rau mùi tươi
- Dừa tươi, nạo
- Đường và muối cho vừa ăn

Hướng

a) Ngâm đậu trong nước từ 6-8 tiếng hoặc qua đêm. Nấu đậu trong nồi áp suất hoặc luộc trong nồi.

b) Đun nóng dầu và thêm hạt mù tạt. Khi chúng nổ tung, thêm hạt thì là, asafetida, gừng, lá cà ri, bột nghệ và rau mùi. Thêm bột đậu phộng rang và cà chua.

c) Thêm đậu và nước. Tiếp tục khuấy thỉ nh thoảng cho đến khi chín kỹ.

d) Thêm nước nếu cần thiết. Thêm đường và muối cho vừa ăn, trang trí bằng lá ngò và dừa.

94. cà ri bắp cải

Thành phần

- 3 chén bắp cải - thái nhỏ

- 1 muỗng cà phê dầu

- 1 muỗng cà phê hạt mù tạt

- 1 thìa cà phê hạt thì là

- 4-5 lá cà ri

- Nhúm nghệ r tùy ý

- 1 thìa cà phê gừng xay

- Lá rau mùi tươi

- Muối để nếm

- Tùy chọn – $\frac{1}{2}$ chén đậu xanh

Hướng

a) Đun nóng dầu rồi cho hạt mù tạt vào. Khi chúng nổ tung, thêm các loại gia vị còn lại và nấu trong 30 giây.

b) Thêm bắp cải và các loại rau khác nếu sử dụng, thỉ nh thoảng khuấy cho đến khi chín kỹ. Nếu cần có thể thêm nước.

c) Thêm muối vừa ăn và lá ngò.

95.   cà ri súp lơ

Thành phần

- 3 chén súp lơ – cắt thành bông hoa

- 2 quả cà chua - xắt nhỏ

- 1 muỗng cà phê dầu

- 1 muỗng cà phê hạt mù tạt

- 1 thìa cà phê hạt thì là

- Một nhúm nghệ

- 1 thìa cà phê gừng xay

- Lá rau mùi tươi

- Muối để nếm

- Dừa tươi hoặc khô – bào sợi

Hướng

a) Đun nóng dầu rồi cho hạt mù tạt vào. Khi chúng nổ tung, thêm các loại gia vị còn lại và nấu trong 30 giây. Nếu sử dụng, hãy thêm cà chua vào thời điểm này và nấu trong 5 phút.

b) Thêm súp lơ và một ít nước vào, đậy nắp và đun nhỏ lửa, thỉnh thoảng khuấy cho đến khi chín kỹ. Nếu muốn cà ri khô hơn thì trong vài phút cuối hãy mở nắp và chiên. Thêm dừa vào vài phút cuối cùng.

96.   Cà ri khoai tây, súp lơ và cà chua

Thành phần:

- 2 củ khoai tây cỡ vừa, cắt thành khối

- 1 1/2 chén súp lơ, cắt thành bông hoa

- 3 quả cà chua r cắt thành miếng lớn

- 1 muỗng cà phê dầu

- 1 muỗng cà phê hạt mù tạt

- 1 thìa cà phê hạt thì là

- 5-6 lá cà ri

- Nhúm nghệ - tùy chọn

- 1 thìa cà phê gừng xay

- Lá rau mùi tươi

- Dừa tươi hoặc khô – thái nhỏ

Hướng

a) Đun nóng dầu rồi cho hạt mù tạt vào. Khi chúng nổ tung, thêm các loại gia vị còn lại và nấu trong 30 giây.

b) Cho súp lơ, cà chua và khoai tây cùng một ít nước vào, đậy nắp và đun nhỏ lửa, thỉnh thoảng khuấy đều cho đến khi chín. Thêm dừa, muối và lá rau mùi.

97. cà ri bí ngô

Thành phần:

- 3 chén bí ngô – cắt thành miếng 1-2 cm

- 2 muỗng cà phê dầu

- ½ muỗng cà phê hạt mù tạt

- ½ muỗng cà phê hạt thì là

- Pinch asafetida

- 5-6 lá cà ri

- ¼ thìa cà phê hạt cỏ cà ri

- 1/4 muỗng cà phê hạt thì là

- 1/2 thìa cà phê gừng xay

- 1 thìa cà phê bột me

- 2 muỗng canh - dừa khô, xay

- 2 thìa đậu phộng rang xay

- Muối và đường nâu hoặc đường thốt nốt cho vừa ăn

- Lá rau mùi tươi

Hướng

a) Đun nóng dầu và thêm hạt mù tạt. Khi chúng bật ra, thêm thì là, cây hồ đào, asafetida, gừng, lá cà ri và thì là. Nấu trong 30 giây.

b) Thêm bí ngô và muối.

c) Thêm bột me hoặc nước có bã bên trong. Thêm đường thốt nốt hoặc đường nâu.

d) Thêm dừa xay và bột đậu phộng. Nấu thêm vài phút nữa.

e) Thêm rau mùi tươi xắt nhỏ.

98. Rau xào

Thành phần:

- 3 chén rau xắt nhỏ

- 2 thìa cà phê gừng xay

- 1 muỗng cà phê dầu

- $\frac{1}{4}$ thìa cà phê asafetida

- 1 muỗng canh nước tương

- Thảo dược tươi

Hướng

a) Làm nóng dầu trong một cái chảo. Thêm asafetida và gừng. Chiên trong 30 giây.

b) Thêm các loại rau cần nấu lâu nhất như khoai tây, cà rốt. Chiên trong một phút rồi thêm một ít nước, đậy nắp và đun nhỏ lửa cho đến khi chín một nửa.

c) Thêm các loại rau còn lại như cà chua, ngô ngọt và ớt xanh vào. Thêm nước tương, đường và muối. Đậy nắp và đun nhỏ lửa cho đến khi gần chín.

d) Mở nắp và chiên thêm vài phút nữa.

e) Thêm các loại thảo mộc tươi và để vài phút cho các loại thảo mộc hòa quyện với rau.

99. Cà ri bầu trắng

Thành phần:

- 250 g bí đao trắng

- 1 muỗng cà phê dầu

- ½ muỗng cà phê hạt mù tạt

- ½ muỗng cà phê hạt thì là

- 4-5 lá cà ri

- Một nhúm nghệ

- Pinch asafetida

- 1 thìa cà phê gừng xay

- 1 đến 2 muỗng canh bột đậu phộng rang

- Đường nâu và muối cho vừa ăn

Hướng

a) Đun nóng dầu và thêm hạt mù tạt. Khi chúng nổ, thêm thì là, lá cà ri, nghệ, asafetida và gừng. Nấu trong 30 giây.

b) Cho bí trắng, một ít nước vào, đậy nắp, đun nhỏ lửa, thỉnh thoảng khuấy đều cho đến khi chín.

c) Thêm bột đậu phộng rang, đường và muối vào nấu thêm một phút nữa.

100.   Rau củ nướng và Cao lương

Phục vụ 8

Thành phần

- 1 chén hành tây trân châu, bóc vỏ
- 16 củ cà rốt baby, gọt vỏ và cắt làm đôi theo chiều dọc (khoảng 1 pound)
- 12 củ cải non, gọt vỏ và cắt làm đôi theo chiều dọc (khoảng 1 pound)
- 2 thìa cà phê dầu dừa
- 2 thìa lúa miến
- 2 muỗng canh giấm táo
- 1 muỗng canh hẹ tươi xắt nhỏ
- $\frac{1}{2}$ thìa cà phê muối kosher
- $\frac{1}{4}$ thìa cà phê tiêu đen xay
- Nhúm hạt mè

Hướng

a) Làm nóng lò ở nhiệt độ 450°.

b) Đặt hành tây, cà rốt và củ cải lên chảo.

c) Rưới dầu dừa lên và trộn nhẹ nhàng để phủ đều. Nướng trong 15 phút.

d) Kết hợp lúa miến và giấm. Rưới một nửa hỗn hợp lúa miến lên hỗn hợp cà rốt và trộn nhẹ nhàng để phủ đều.

e) Nướng thêm 15 phút hoặc cho đến khi rau mềm. Rưới hỗn hợp lúa miến còn lại.

f) Rắc đều hẹ tươi cắt nhỏ, muối, hạt vừng và tiêu đen mới xay.

PHẦN KẾT LUẬN

Cần một chút trợ giúp để ăn nhiều rau hơn? Cuốn sách này nêu bật những phương pháp nấu rau phổ biến nhất, tất cả đều là những cách lành mạnh để chế biến rau có hương vị thơm ngon! Hãy tạm biệt những món rau sũng nước, nhạt nhẽo và chào đón nhóm thực phẩm yêu thích mới của bạn!